સંબંધો ના વાવેતર

પાયલ ધાબલીયા

Copyright © Payal Dhabalia
All Rights Reserved.

This book has been published with all efforts taken to make the material error-free after the consent of the author. However, the author and the publisher do not assume and hereby disclaim any liability to any party for any loss, damage, or disruption caused by errors or omissions, whether such errors or omissions result from negligence, accident, or any other cause.

While every effort has been made to avoid any mistake or omission, this publication is being sold on the condition and understanding that neither the author nor the publishers or printers would be liable in any manner to any person by reason of any mistake or omission in this publication or for any action taken or omitted to be taken or advice rendered or accepted on the basis of this work. For any defect in printing or binding the publishers will be liable only to replace the defective copy by another copy of this work then available.

ત્યાગ ,સમર્પણ, લાગણી અને વિશ્વાસ થી બને છે સમાજ....

સમાજ ના લીધે આપણી ઓળખ છે,આપણા લીધે સમાજ ની નહીં.વ્યક્તિઓ આવતા રહેશે જતા રહેશે પણ સ્થિર રહેશે સમાજ... મા-બાપ અને પરિવાર વ્યક્તિ ની ઓળખ છે તો સંસ્કૃતિ ની ઓળખ છે સમાજ...

હું મારી પુસ્તક "સંબંધો ના વાવેતર" સમાજ ને સમર્પિત કરુ છુ.

સામગ્રી

સામગ્રી

પ્રસ્તાવના

સકારાત્મક ઉર્જા સાથે, વીતેલી ક્ષણોના અનુભવો, કલ્પનાઓ, અંતરઆત્માની અનુભૂતિઓને વાર્તાસંગ્રહના રૂપમાં વાચકો સમક્ષ રજૂ કરતી પુસ્તક "સંબંધો ના વાવેતર" , જેમાં માનવ જીવનની તમામ અભિવ્યક્તિઓ છે. "સંબંધો ના વાવેતર" એ પ્રેમ, પીડા, જિજ્ઞાસા, ઉદાસી, આનંદ જેવા તમામ અભિવ્યક્તિઓની સરળ અને સાહજિક રજૂઆત છે. વાચકોના હ્રદયને સ્પર્શી જવાના પ્રયાસ સાથે રચાયેલ ટૂંકી વાર્તાઓનો સંગ્રહ.

સ્વીકૃતિઓ

માં સરસ્વતી ને મારા વંદન !! જેમના આશીર્વાદથી હું મારા અનુભવો,કલ્પનાઓ અને જીવનની કેટલીક વાસ્તવિકતાઓને કાગળ પર મૂકી શકી અને તેને પુસ્તકનું રૂપ આપી શકી.આ સપનું સાકાર કરવામાં મારા માતા-પિતા, મારા કુટુંબીજનો, નજીકના સંબંધીઓ અને વહાલા મિત્રો સાથે કેટલાક ખાસ શુભેચ્છકો કે જેઓ મારી લેખન યાત્રામાં હંમેશા મારી સાથે હતા. હું મારા પ્રિય વાચકોનો આભાર માનું છું કે તેઓએ મને પ્રોત્સાહિત કર્યા .

1
વહુ નો અધિકાર

સુકન્યા સવારે વહેલી ઊઠીને ફટાફટ ઘરના કામ કરી રહી હતી. કાકાજી ની દીકરીના લગ્ન માં માત્ર સાત દિવસ બાકી હતા. કાકાજી નું ઘર નજીકમાં જ હતું. સુકન્યા રોજ ઘરનું બધું કામ પતાવીને કાકીજી ની મદદ કરવા માટે તેમના ઘરે જતી અને સાંજે ઘરે પાછી આવતી.સુકન્યા ના સાસુ સસરા પણ ત્યાં આવતા જતા રહેતા. સુકન્યા ના પતિ અવધીશ ઓફિસના કામમાં વ્યસ્ત રહેતા એટલે રાત્રે કાકા ની ઘરે એકાદ ચક્કર મારી આવતા.

"ચલો, દીપ્તિ બેટા ને સારું સાસરું મળી ગયું. બસ ચાર દિવસ પછી દીકરી ની વિદાય થઈ જશે. ઘર સુનું સુનું થઈ જશે." સુકન્યા ના સાસુ એ સસરાજી ને કહ્યું

"હા.. એ તો દુનિયાનો નિયમ છે. મ તો છોકરા વાળા સારા છે. દીપ્તિ સુખી રહેશે" સસરાજી એ કહ્યું

અવધીશ પણ ઘરે આવી ગયો અને સોફા પર બેસતા બોલ્યો.." બધું કામ પતાવી દીધું.હવે દીપ્તિ ને શું આપવાનું છે એ કહો એટલે લઈ આવીએ."

સુકન્યા પાણી લઈને આવી અને બોલી.." તો શું આપશું દીપ્તિ ને ?"

" એ બધું મમ્મી નક્કી કરશે, તું જમવાનું તૈયાર કર."ટકાનો જવાબ દઈને અવધિશે સુકન્યા ને દુ:ખી કરી દીધી.

આવું આજે પહેલી વાર નોહતું થયું. હમેંશા આમ જ બનતું હતું. ભલે લગ્નપ્રસંગ માં વ્યવહાર કરવાનો હોયકે બેંકમાં કોઈ એફડી કરાવવાની હોય કે જમીન લેવાની હોય. પૈસા ને લગતી તમામ બાબતો ની ચર્ચા સમયે, સુકન્યા ને અંદર જઈને કામ કર, તને નહી સમજાય કે તારે મગજ વાપરવાની જરૂર નથી" એમ કહી ને સુકન્યા ની ઉપેક્ષા કરવામાં આવતી.

ઘરની વહુ સુકન્યા જે ઘરની બધી જવાબદારીઓ અને ઘરના બધા કામ એકલા હાથે કરતી હતી. સુકન્યા ને પોતાની સાથે થતો વ્યવહાર જરાય ગમતો નહી પણ ક્યારેય બોલી શકી નહિ. ક્યારેક વાત વાતમાં બોલી ગઈ હોય તો ઝગડો થઇ જતો. એટલે ચૂપ જ રહેતી.

આજે એવું લાગતું હતું કે જાણે પોતે કોઈ શોપીસ બનીને રહી ગઈ છે. જ્યાં ઘરની વહુને સમાજની સામે આદર્શ વહુ બનીને રહેવાનું કહેવામાં આવે છે, ઘરે આવેલા મહેમાનો ના સ્વાગત ની જવાબદારી આપવામાં આવે છે, લગ્નપ્રસંગે ફેમિલી ફોટામાં સાથે ઊભી રાખવામાં આવે છે પરંતુ એજ વહુને ઘરના કોઈપણ નિર્ણય માં સામેલ કરવામાં નોહતી આવતી.

બીજા દિવસે સાસુ સસરા તૈયાર થયા અને બોલ્યા "વહુ, અમે જવેલર્સ માંથી દીપ્તિ માટે ગિફ્ટ ખરીદીને આવીએ છીએ તું કાકા ની ઘરે ચાલી જાજે."

સુકન્યા બોલી.. "મમ્મીજી હું આજે નહી જઈ શકું. મારો ભાઈ આવવાનો છે. એટલે હું ઘરે રહીશ."

" તુ અત્યારે વાત કરે છે.. પહેલા કેમ કહ્યું નહી. ઘરમાં અમને બધી ખબર હોવી જોઈએ. આખરે અમે મોટા છીએ ઘરમાં.. અમે શું ના પાડી દેત.." સાસુએ કડક અવાજે કહ્યું

" અરે ! આ કોઈ થોડી મોટી વાત છે. નાની એવી વાત છે. મને તો ઘરના એકેય નિર્ણય માં સામેલ કરવામાં નથી આવતી. ભલે તમને લોકોને એવું લાગે છે કે મને શું ખબર પડે.. પણ તમે લોકો તો મને કાઈ વાત જ નથી કરતા.. ખબર પડવાની તો દૂર ની વાત છે.ઘરમાં કામ કરવાના હોય ત્યારે હું મુખ્ય પાત્ર બની જાવ છું પરંતુ બાકી સમયે પારકી...! જ્યાં સુધી ઘરમાં કરવામાં આવતી ચર્ચા વિચારણા કે નિર્ણય માં સામેલ નહી કરો ત્યાં સુધી મને કેમ ખબર પડશે?હું ક્યાં તમારી કોઈ

વાતનો વિરોધ કરવાની છું, બસ મને ખાલી સાથે જ રાખવાની હોય છે પણ તમે લોકો તો હમેંશા મારાથી બધું છાનું છાનું જ રાખો છો. આજે આટલા વર્ષો પછી હું બોલી છું કારણ કે તમારા આવા પારકા પણા વ્યવહાર થી મારી આત્મા દુભાય છે"

સાસુ સસરા અને અવધિશ સુકન્યા ની વાત સાંભળતા રહ્યા પણ કોઈ કાઈ બોલ્યા નહી.

દીપ્તિ દરવાજા બહાર થી બધી વાતો સાંભળી રહી હતી..એ બોલી "મોટા મમ્મી,મારા માટે ગિફ્ટ ભાભી જ પસંદ કરશે. ભાઈ..મારા સાસરે મારી સાથે આવું વર્તન થાય તો તમને કેવું લાગશે ?મોટા પપ્પા..,ભાભી ઘરની લક્ષ્મી,સરસ્વતી અને અન્નપૂર્ણા છે. તો પછી તેની ઉપેક્ષા શા માટે ??"

દીપ્તિ નું દિલ રાખવા માટે તે સમયે તો સૌએ સુકન્યાની વાત માની પણ પછી થોડા ઝગડા પણ થયા. પણ ભલે ધીરે ધીરે તો ધીરે ધીરે સુકન્યા ને ઘરની બધી ચર્ચાઓ માં સામેલ કરવા લાગ્યા.

2

પુણે લવ સ્ટોરી

પુણે સ્ટેશન પર પ્લેટફોર્મ નંબર બે પર આજે લોકોની સાધારણ ભીડ હતી.

પૂર્ણિમા જલ્દી જલ્દી એનો સામાન લઈને પ્લેટફોર્મ સુધી પહોંચી. હાથ માં એક બેગ અને ખંભા પર એક મોટું પર્સ હતું. એણે એના મોબાઈલ મા સમય જોયો અને રાહત નો શ્વાસ લીધો.પૂર્ણિમા ને લાગતું હતું કે એ લેટ થઈ ગઈ છે,પણ હજી એની ટ્રેન આવવાને વાર હતી. એણે મોબાઈલ જીન્સ ના ખિસ્સા માં મૂક્યો અને મરૂન રંગના પર્સ માંથી પાણી ની નાની બોટલ કાઢી અને બે ઘૂંટ પાણી પીને બોટલ પાછી મૂકી દીધી.પ્લેટફોર્મ પર ચારેબાજુ નજર ફેરવીને જોયું એને પાછો ખિસ્સા માથી મોબાઈલ કાઢીને ટાઇમ પાસ કરવા લાગી.ટ્રેન થોડીવાર મા જ આવશે એની ઘોષણા થઈ ગઈ અને એણે બેગ ઉઠાવી અને એના બી ૪ કોચ પાસે પહોંચી ગઈ.ટ્રેન આવી એટલે પોતાની સીટ નંબર ૬૦ પર જઈને , એણે સીટ નીચે બેગ મૂકી દીધી અને પર્સ બાજુમાં રાખીને બેસી ગઈ.એ ડબ્બા માં પહેલે થી જ બે યાત્રી બેઠા હતા.થોડીવાર મા બીજા બે ત્રણ લોકો આવ્યા અને એનો સામાન ગોઠવવા લાગ્યા.પૂર્ણિમા એ ફોન કાઢીને એક નંબર પર ફોન કર્યો અને વાતો કરવા લાગી એ બોલી.." હા, હું ટ્રેન માં બેસી ગઈ છું..ત્યાં પહોચીને ફોન કરી દઈશ. તમે ચિંતા નહી કરતા. હું રાત્રે જમી લઈશ. ચલો હવે રાખું છું."

આમ કહીને પૂર્ણિમા એ ફોન રાખી દીધો.

પછી એણે પર્સ માંથી એક બુક કાઢી અને એના ચશ્મા પણ. અને બુક વાંચવા લાગી.પૂર્ણિમા ને બાળપણ થી જ વાર્તા ની પુસ્તકો વાંચવાનો શોખ હતો અને આજે પણ એને રોચક વાર્તા વાંચવાનું ખૂબ પસંદ હતું.એટલામાં કોઈએ સૌમ્ય અવાજ મા કહ્યું.. "માફ કરજો તમે જરાક પંખાની સ્વીચ ઓન કરી દેશો..!

પૂર્ણિમા એ નજર ઉંચી કરી ને જોયું તો જોતી જ રહી ગઈ. સામેનો વ્યક્તિ પણ પૂર્ણિમા ને જોઈ ને આશ્ચર્ય મા પડી ગયો.

પૂર્ણિમા ની સામે ભૂતકાળ આવીને ઊભો રહી ગયો.

પાછળ થી અવાજ આવ્યો.. "અરે ! ભાઈ સાહેબ તમે જ સ્વીચ ચાલુ કરી દો ને.."

પૂર્ણિમા એ સ્વીચ ચાલુ કરવા હાથ લાંબો કર્યો અને પેલા માણસે પણ.પૂર્ણિમા એ ફટાફટ પંખાની સ્વીચ ચાલુ કરી દીધી અને બોલી.."તું...અહીંયા કેમ નિખિલ ??"

પાંચ ફૂટ દસ ઇંચ ની હાઇટ, શ્યામવર્ણ, સુડોળ શરીર વાળા નિખિલે કહ્યું " હા ,એ તો બસ કામ થી જઈ રહ્યો છું, અને તું ક્યાં જાય છે ??"

પૂર્ણિમા એ એને ઈશારો કરીને બેસવા કહ્યું અને નિખિલ સીટ પર એની બાજુ માં બેસી ગયો.

પૂર્ણિમા એ કહ્યું ," મને નોકરી મળી ગઇ છે."

" પુસ્તક વાંચવાનો તારો શોખ હજી પણ છૂટ્યો નથી" .નિખિલ હસતા હસતા પૂર્ણિમા ને પૂછ્યું.

" ઓહ ! હવે તો ઓછો સમય મળે છે. જ્યારે સમય મળે ત્યારે વાંચી લવ છુ. જેથી મગજ મા બીજા કોઈ વિચાર ન આવી શકે." પૂર્ણિમા એ પુસ્તક ને પર્સ માં મૂકી ને જવાબ આપ્યો.

ડબ્બા માં બાકી બીજા લોકો પણ પોતપોતાની જગ્યા પર બેસી ગયા હતા.અમુક લોકો મોબાઈલ મા વ્યસ્ત હતા અને સામેની સીટ પર બેઠેલ એક દંપતિ એકબીજા સાથે વાત કરી રહ્યા હતા.કદાચ અમુક લોકો પૂર્ણિમા અને નિખિલ ની વાતો ને કાન દઇને સાંભળતા હતા.

" તું હજી પણ પહેલાની જેમ કામ ને કામ કર્યા કરે છે કે ક્યારેક તારા ખુદને માટે પણ સમય કાઢે છે?" પૂર્ણિમા એ નિખિલ ને પૂછ્યું

" જિંદગી માં આગળ વધવું હોય તો કામ તો કરવું જ પડે છે.સમય બરબાદ કરીને આખરે શું મળવાનું ?એટલે પહેલા ની જેમજ અત્યારે પણ કામ જ કરું છું. જેમ તું પુસ્તકો માં વ્યસ્ત રહે છે એમ હું મારા કામમાં વ્યસ્ત રહુ છું " નિખિલે પૂર્ણિમા ના સવાલ નો જવાબ આપ્યો.

ત્યાં જ ડબ્બા માં ચા કોફી વાળો આવ્યો. નિખિલે એને એક ચા અને એક કોફી આપવા કહ્યું.

પૂર્ણિમા ના ચેહરા પર હળવું સ્મિત આવી ગયું.

પૂર્ણિમા ને જ્યારે નિખિલે કોફી નો કપ આપ્યો તો પૂર્ણિમા એ કહ્યું..." તને આજે પણ યાદ છે હું કોફી પીવ છું ?"

નિખિલે એની આંખો માં જોઈને પૂછ્યું.." શું તું કાઈ ભૂલી શકી છો ?"

પૂર્ણિમા ખામોશ રહી અને ધીરે- ધીરે કોફી પીવા લાગી.

લગભગ પાંચ મિનિટ થી બંને ચૂપ હતા.પૂર્ણિમા બારી ની બહાર જોઈ રહી હતી અને નિખિલ પૂર્ણિમા ને.

કેટલું બધું બદલાઈ ગયું બને વચ્ચે.

એટલામાં સામેની સીટ પર અંકલ બેઠા હતા એને ઉધરસ આવવા લાગી.એની પત્નીએ તરત પાણીની બોટલ ખોલી અને ગ્લાસ માં પાણી ભરીને આપતા બોલી.." તમને સારું છે ને ??"

આંટી ના ચહેરા પર ચિંતાના ભાવ દેખાતા હતા.

અંકલ બોલ્યા .."અરે ! અરે ! કાઈ નહિ બસ એમ જ..તું તો નાહકની ચિંતા કરવા માંડે છે."

નિખિલ ખાલી કપ ડસ્ટબીન માં ફેંકી આવ્યો હતો.

પૂર્ણિમા એ ખામોશી તોડતા આંટી સાથે વાત કરવી શરૂ કરી અને પૂછ્યું.." તમારા વિવાહ ને કેટલા વર્ષ થયા છે ?"

"અમારા વિવાહને પિસ્તાલીસ વર્ષ થઈ ગયા છે બેટા..."એમણે જવાબ આપ્યો

ત્યાંજ અંકલ હસીને બોલી પડ્યા.. "હવે તો એકબીજાની એવી આદત પડી ગઈ છે કે એકબીજા સાથે વાત કરીએ કે ના કરીએ પણ એક મિનિટ માટે પણ એ નજર થી દુર જાય તો મને બેચેની થવા લાગે છે .પેલા એ મારી આદત હતી હવે મારી જરૂરત છે.."

નિખિલ અને પૂર્ણિમા બંને એકબીજા ને જોવા લાગ્યા અને અતીત ની સ્મૃતિઓ એની આંખો માં તરવરી ઉઠી.

બંનેને યાદ આવ્યું કે ચાર વર્ષ પહેલા આ જ વાક્ય એમણે એકબીજા ને કહ્યું હતું કે તે એકબીજાની આદત બની ગયા છે અને એકબીજા વગર જીવી નહી શકે.

પરંતુ પૂર્ણિમા અને નિખિલ વચ્ચે એના ભવિષ્ય,કેરિયર અને નોકરી ને લઈને વિવાદ એટલો વધી ગયો કે એનું સમાધાન જ થઈ શક્યું નહીં.

નિખિલ ને વિદેશ માં સારો પ્રોજેક્ટ મળી ગયો હતો. નિખિલ હાથમાં આવેલી તક ને ગુમાવવા નોહતો માગતો.એ સમયે એને વિવાહ કરવાનું ઉચિત ન લાગ્યું.

પૂર્ણિમા ના પરિવારજનો એ કહી દીધું કે નિખિલ વિવાહ કર્યા વગર વિદેશ જશે તો પૂર્ણિમા સાથે એનો સબંધ અહી જ ખતમ.

પૂર્ણિમા ની પણ ઈચ્છા હતી કે નિખિલ એની સાથે વિવાહ કરી લે અને નિખિલ ની એવી દલીલ હતી કે જો એ વિવાહ માટે રોકાઈ જશે તો કદાચ બની શકે કે પ્રોજેક્ટ કોઈ બીજાના હાથ માં ચાલ્યો જાય અને નિખિલ પોતાના કેરિયર ના સોનેરી અવસર ને ખોવા નોહતો માગતો.બંને વચ્ચે દલીલ એટલી વધી ગઇ કે એમની વચ્ચેનો પ્રેમ જાણે મરી પરવાર્યો.નિખિલ વિદેશ જવા માટે વિમાન માં બેસી ગયો અને પૂર્ણિમા એ એની સાથેના હરએક સબંધ ને તિલાંજલિ આપી દીધી.આજે ઘણા સમય બાદ બંને એકબીજાની આમને સામને હતા.બંને જણ એકબીજા વિશે જાણવા માગતા હતા કે એના જીવન માં આગળ શું થયું ? શું બંને ના જીવન માં કોઈ બીજું આવી ગયું ? શું કોઈ બીજાએ એની જગ્યા લઇ લીધી ??

પરંતુ બંને જણ ચૂપ હતા.

બંને ની ખામોશી ને તોડતા અંકલ એ પૂછ્યું .." લાગે છે તમે લોકો એકબીજાને પહેલેથી ઓળખો છો."

પૂર્ણિમા એ માથું હલાવી ને હા મા જવાબ આપ્યો.

વાતો વાતો મા જ અંકલજી એ નિખિલ ને પૂછી લીધું.. "બીજુ શું કરો છો તમે ?"

નિખિલ એ કહ્યું કે .."બસ બે વર્ષ પહેલા જ ભારત આવ્યો છું અને બસ હવે મારા વતન માં જ રહીશ.મમ્મી પપ્પા ઇચ્છે છે કે હું વિવાહ કરી લવ.તો બસ હું પણ મારી જિંદગી માં સેટલ થવા માગું છું.એક

શાંતિભરી જીંદગી જીવવા માગું છું.બસ એક સારી છોકરી ની તલાશ છે."

પૂર્ણિમા નિખિલ ને બસ જોતી જ રહી ગઈ.

નિખિલ એ પૂર્ણિમા સામે જોઇને પૂછ્યું.." અને પૂર્ણિમા તું કહે ,આજકાલ તું શું કરે છે ?"

પૂર્ણિમા એ કહું.." બસ મમ્મી પપ્પા રોજ નવા માંગા લઈને આવે છે અને હું રોજ કંઈ ને કંઈ બહાનું બતાવી ને એને રોકી દવ છું. ક્યારેક નોકરી નું બહાનું ,તો ક્યારેક આગળ ભણવાનું બહાનું.....પણ હવે વધારે સમય રોકી નહી શકું."

નિખિલ એ હસી ને જોરથી પૂછ્યું.." તે હજી સુધી લગ્ન નથી કર્યા ?"

મને તો લાગ્યું કે તું લગન બગન કરીને સેટલ થઈ ગઈ હોઈશ."

પૂર્ણિમા જોરથી હસવા લાગી અને બોલી " મને પણ એવું જ લાગ્યું હતુ,કે તે વિદેશ માં જઈને કોઈ ગોરી મેમ સાથે ઘર વસાવી લીધું હશે."

સામે બેઠેલા આંટી બોલ્યા.." તો હજી પણ મોડું નથી થયું.મને લાગે છે કે તમે બંને ખાલી એકબીજાને ઓળખતા જ નથી બલ્કિ એકબીજા ને પ્રેમ પણ કરો છો.અને આજે આ કોઈ સંજોગ નથી પણ ઈશ્વર ની મરજી હતી કે તમારા બંનેનું આવી રીતે અહી મિલન થાય.અને તમે બંને એકવાર ફરીથી વિચારજો તમારા સબંધ વિશે."

અંકલ જી બોલ્યા.." વિવાહ માં ક્યારેક કોમ્પ્રોમાઇઝ કરવું પડે છે તો ક્યારેક સેક્રિફાઇસ ,પણ આપણે જેને પ્રેમ કરતા હોય એના માટે તો આ બધું કરવું ગમે છે.અમારા ૪૫ વર્ષના લગ્નજીવન માં અમે આ બધું શીખ્યા છીએ."

" તમે લોકો એકવાર ફરીથી તમારા પરિવારજનો સાથે વાત કરો.તમે બંને પણ એકવાર ફરીથી વિચારજો.,"

પૂર્ણિમા અને નિખિલ બંને એકબીજા સામે જોઈ રહ્યા. કદાચ એકબીજાને કહેતા હોય કે..હજી પણ ઘણું બાકી છે..આપણી વચ્ચે.

અંકલ જી બોલી પડ્યા..." જો સાચે જ મન થી નિર્ણય કરો તો અમને વિવાહ નું કાર્ડ આપવાનું ભૂલતા નહિ.લો આ મારું વિઝીટિંગ કાર્ડ, અમને તમારા વિવાહ માં જરૂર બોલાવજો."

3
બેસન ના લાડુ નહિ

લલિતા જી કામમાં વ્યસ્ત હતા અને તેમના પતિ સુધીર એનું મનપસંદ કામ બગીચામાં ફૂલ ઝાડ ની માવજત કરી રહ્યા હતા. સુધીર જી ને રિટાયર થયા ત્રણ વર્ષ થઈ ગયા હતા.સારું પેન્શન આવતું હતું,પતિ પત્ની બંનેનું સ્વાસ્થ્ય પણ સારું હતું.આનંદમાં જિંદગી જીવી રહ્યા હતા.બે દીકરીઓ હતી જે સાસરિયામાં ખુશ હતી.લલિતા જી નાસ્તા માટે પરોઠા બનાવી રહી હતી કે ફોન માં રીંગ વાગી. સુધીર જી ને વ્યસ્ત જોઈને લલિતાજી એ ગેસ બંધ કર્યો અને ફોન ઉપાડ્યો, નાની દીકરી કવિતા નો ફોન હતો.

કવિતા બોલી, "મમ્મી,ગુડ મોર્નિંગ ! "

લલિતા જી બોલ્યા, "અરે કવિતા ! ગુડ મોર્નિંગ બેટા.કેમ છો ? વહેલી સવારમાં ફોન કર્યો.

"હા મમ્મી, ઓફિસ માંથી બે દિવસ ની રજા લીધી છે."

"બધાની તબિયત તો સારી છે ને ? જમાઈ ને કેમ છે?"

"અરે ! મમ્મી બધાને સારું છે. ચલો હું આજે સાંજે ધરે આવું છું પછી વાત કરીએ."

"તું એકલી આવે છે કે વિકાસ પણ આવવાના છે?"

"ના, એને કામ છે,હું બે કલાક પછી નીકળીશ તો ત્રણ ચાર વાગ્યા સુધીમાં પહોંચી જઈશ."

" ભલે તો સારું, સાચવીને નિકળજે."

" દીદીને પણ બોલાવી લીધી છે તે પણ પાંચ વાગ્યા સુધીમાં આવી જશે."

" અરે ! ખૂબ સરસ , આવી જાવ તમે બંને.હું સાંજ માટે કઈંક સારી વાનગી બનાવી રાખું છું."

"ભલે મમ્મી,ચલો સાંજે મળીએ .બાય..મમ્મી.."

લલિતાજીને બે દીકરીઓ હતી સુચિતા અને કવિતા.સુચિતા ના લગ્નને પાંચ વર્ષ થઈ ગયાં હતા અને નાની દીકરી કવિતાના લગ્નને હજી એક વર્ષ જ થયું હતું.સુચિતા મુંબઈમાં રહેતી હતી અને કવિતા પુણે માં. બંને નોકરી કરતી હતી એટલે આવવા જવાનું ઓછું થતું.લલિતા જી એ બેઉ દીકરીઓ આવવાની ખબર સુધીર જી ને આપી. માતા પિતાના ચહેરા પર ખુશી ઝળકી રહી હતી.લલિતા જી પરોઠા અને ચા નો નાસ્તો લઈ આવ્યા. સુધીર જીએ પૂછ્યું.. "કવિતા આમ અચાનક કેમ આવી રહી છે ? એ તો વિકેંડ પર ક્યારેક જ આવે છે.તબિયત તો સારી હશે ને ?"

" મેં પણ પૂછ્યું તો બોલી કે સારું જ છે, હવે સાંજે આવે ત્યારે ખબર પડી જશે. તમે જરાક જઈને બંનેની ફેવરિટ ફેન્કી અને વડાપાઉં લઈ આવજો." લલિતા જીએ કહ્યું

માં એ ઘરનું બધું કામ પૂરું કર્યું અને દીકરીઓ ની રાહ જોવા લાગી.સાંજ ની ચા દીકરાઓ સાથે જ પીશું એમ વિચારીને હજી સુધી ચા નોહતી બનાવી એટલામાં સુધીર જી એ જોયું કે એક ટેક્સી ઘર પાસે ઊભી રહી ...તે બોલ્યા " લલિતા, જો કવિતા આવી ગઈ."

લલિતા જી દોડતા દોડતા આવ્યા ,કવિતા ટેક્સી માંથી નીચે ઉતરી.એના હાથમાં એક નાની બેગ હતી.

એક માં ના મગજ માં કેટલાય પ્રશ્નો ઉઠવા લાગ્યા.

"બધું બરાબર છે ને.." માં એ પૂછ્યું

"અરે ! મમ્મી બધું બરાબર છે, બસ તમે ચા પીવડાવો.હું જરા ફ્રેશ થઈ જાવ.પપ્પા તમે તો ગાર્ડન મસ્ત બનાવી દીધૂ." કવિતા પપ્પાને ગળે મળીને બોલી

ચા બનાવતા બનાવતા મમ્મી એ કહ્યું.. "વિકાસને કેમ છે? એ પણ આવ્યા હોત..તો.."

"મમ્મી ,વિકાસ સન્ડે આવશે, પછી અમે સાથે જઈશું. હું જરાક દીદીને પૂછી લઉં ક્યાં પહોંચી." કવિતાએ મોબાઈલ હાથમાં લઈને કહ્યું
ચા બની ગઈ હતી પણ માં ના દિલમાં કઈંક હલચલ હતી.
થોડીવારમાં મોટી દીકરી પણ આવી ગઈ.મોઢા પર થાક દેખાતો હતો. હાથમાં ઘરનો કઈંક સામાન હતો.
"શું વાત છે, સાવ થાકેલી દેખાય છે..." માં એ પૂછ્યું
"અરે ! આજકાલ ઓફિસમાં કામ વધારે રહે છે. આ તો કવિ આવી એટલે હું આવી નહિતર તો આવવું મુશ્કેલ હતું. મમ્મી, ચા પીવડાવો ને.. માથું દુઃખે છે. રસ્તામાં ટ્રાફિક પણ વધારે હતું." સુચિતા એ ભીના હાથ લૂછતાં કહ્યું
સોફા પર બધા બેસી ગયા.ચા પીતા પીતા વાતો કરવા લાગ્યા.
કવિતા બોલી.." તમને બધાને એક વાત કહેવી છે."
પપ્પા બોલ્યા.." અરે ! કહે ને ..
"એ તો ..હું .. દીદી તું..માસી બનવાની છો." કવિતાએ શરમાઈ ને કહ્યું
લલિતા જીએ દીકરીને ગળે લગાવી લીધી એને બોલી.."મને હતું જ કે કઈંક વાત તો છે જ..પૂછ તારા પપ્પાને ,સવારથી એમને કેટલીવાર કહું કે કઈંક તો છે..નહિતર તું કામ છોડીને થોડી આવે!"
સુચિતા એ પણ કવિતાને ગળે લગાવી અને અભિનંદન આપ્યા.
પપ્પા ના ખભે માથું રાખીને કવિતા બોલી.." નાના ને કેવું લાગી રહ્યું છે ?"
સુધીર જીએ દીકરીના માથે હાથ રાખ્યો અને બોલ્યા " બસ તારું ધ્યાન રાખજે."
લલિતા જી દોડીને કિચન માંથી જલેબી લઈ આવી અને કવિતાને ખવડાવતા બોલી.." લે મોઢું મીઠું કર.કેટલી મોટી ખુશખબરી આપી છે." કવિતાને ખવડાવીને લલિતા જીએ પ્લેટ ત્યાં જ મૂકી દીધી.
જલેબી સુચિતાની ફેવરિટ હતી. હમેંશા પપ્પા ખાસ તેના માટે લઈ આવતા હતા.
લગભગ વીસ મિનિટ સુધી બધા કવિતાને બધું પૂછતા રહ્યા.
પછી લલિતા જી બોલ્યા. "તુ જોબ છોડી દે. અહી આવી જા. પુણે માં કોણ તારું ધ્યાન રાખશે ? તારા સાસુ સસરા તો અમેરિકા માં મોટા

દીકરા પાસે છે."

"અરે મમ્મી ! જોબ શુકામે છોડવી જોઈએ ? આજકાલ લોકો નવ મહિના સુધી ઓફિસ જાય છે." સુચિતા બોલી

"રહેવા દે તું... છોકરીઓ નોકરીના ચક્કરમાં બાળક નથી કરતી અને પછી સમય જતા બાળક નથી થતા.. જો તે જે કર્યું એ કવિતાને નહી કહેતી.. ના જાણે કેમ એક માં ના મોઢેથી આવા શબ્દો નીકળી ગયા

સુચિતા ને ખૂબ જ દુઃખ થયું અને તે અંદર ચાલી ગઇ.

"અરે !! શું તું પણ ..નાહકનું એનું દિલ દુઃખવી દીધું.." સુધીર જી બોલ્યા

"એમાં મેં ખોટું શું કીધું. પહેલા વર્ષે ફેમિલી પ્લાનિંગ કર્યું. પછી એકવાર ખુશખબર મળી કે ત્યાં મિસ્કેરેજ થઈ ગયું અને હવે બાળક માટે ઝંખીએ છીએ. ત્યારે જ જોબ છોડી દીધી હોત તો મીસ્કેરેજ ના થયું હોત. પણ બધાને મનમાની કરવી હોય છે." લલિતા જી સમજ્યા વિચાર્યા વિના બોલ્યે જતા હતા.

કવિતા બહેનની પાછળ રૂમમાં ગઈ તો સુચિતા બોલી.. મમ્મી પણ છે ને ..જે મનમાં આવે બોલી દે છે.."

સુચિતા ની આંખમાં આંસુ આવી ગયા. માં ન બની શકવાનું દુઃખ તેનાથી વધારે કોણ જાણી શકે.

કવિતા બોલી.." તમે રડો નહી દી.. મમ્મીનો કહેવાનો મતલબ એવો ન હતો.. તમારા માટે મમ્મીએ કેટલી માનતા માની છે તમને પણ ખબર છે."

"હવે તું પણ મને સમજાવા લાગી.. અરે! ભાઈ હવે તો આ ઘરમાં તારું જ ચાલશે. મમ્મીને મારી તો કંઈ ચિંતા જ નથી.. સુચિતાએ ગુસ્સે થઈને કહ્યું.

મમ્મી રૂમમાં આવ્યા અને બોલ્યા.. "સૂચિ, પ્લીઝ માફ કરી દે બેટા, મારો મતલબ એવો ન હતો..બસ હું તો એમજ...કાઈ નહિ લે મારા હાથે જલેબી ખા અને બધું ભૂલી જા."

તે સમયે સૌએ વાત સંભાળી લીધી.

સુચિતા ને ઘણું દુઃખ થતું. તે પણ માં બનવા માગતી હતી પણ ન જાણે ભગવાન કેમ સાંભળતા જ નોહતા.

સાત મહિના વીતી ગયા.

કવિતા ડિલિવરી માટે મમ્મીના ઘરે આવી ગઈ. અને લલિતા જી એ તેની ખૂબ કાળજી રાખી.

સુચિતા ને હવે મમ્મી ના વ્યવહાર માં ભેદભાવ દેખાવા લાગ્યો. કવિતાની એટલી કાળજી રાખતા કે સુચિતા પોતાને ઇગનોર થતી મહેસૂસ કરતી.

કવિતા એ એક સુંદર બાળક ને જન્મ આપ્યો. ઘરમાં રોનક આવી ગઈ.

માં એ ડ્રાય ફ્રુટ નાખીને લાડુ બનાવ્યા.

સુચિતાએ પણ ઘર સજાવ્યું અને નાની બહેનની ખુશીમાં ખુશ થવાની કોશિશ કરવા લાગી. આજે કવિતાને હોસ્પિટલ માંથી રજા મળવાની હતી.લલિતા જી મનમાં ભગવાનને એજ પ્રાર્થના કરતા હતા કે "હે ઈશ્વર.. મારી મોટી દીકરીનો ખાલી ખોળો ભરી દે.. મારાથી એની સુની આંખો જોવાતી નથી."

કવિતા અને વિકાસ બાળકને લઈને ઘરે આવી ગયા. લલિતા જીએ નજર ઉતારી અને તેમનું સ્વાગત કર્યું.

સુચિતા પણ ખુદનું દુઃખ છૂપાવીને બાળકને રમાડવા લાગી. તેની આંખો મા મમતા છલકાતી હતી.

લલિતા જીએ કવિતાને લાડુ ખવડાવતા કહ્યું.. આ લાડુ ખાવાની તારે જરૂર છે. પૌષ્ટિક છે.એક માં માટે ખૂબ જરૂરી છે."

સુચિતા નો પતિ અરુણ પણ આવી ગયો અને બોલ્યો.." મમ્મીજી , સુચિતા ને પણ લાડુ ખવડાવો.."

" અરે આ લાડુ એને નથી ભાવતા ..એના માટે બેસનના લાડુ બનાવ્યા છે." લલિતા જી બોલ્યા

" તોયે ,આ લાડુ જ ખાવા પડશે.. કેમકે તમે બીજીવાર નાની બનવાના છો. આ જુઓ રિપોર્ટ.. સુચિતા પ્રેગનેંટ છે.." અરુણ બોલ્યો

સુચિતાની આંખોમાંથી આંસુ વહેવા લાગ્યા.મમ્મીને ગળે વળગીને બોલી ..." મમ્મી બેસનના નહી હવે તો આ મેથીના જ લાડુ ખાઈશ."

લલિતાજીએ મોટી દીકરી ની નજર ઉતારી અને બોલી.." લાડુ શું..તું જે કહીશ તે બનાવી દઈશ. બસ મારી દીકરીના ખોળામાં એક બાળક આવી જાય."

" દીદી, હું પણ છું ને..હું તમારી ફેવરિટ ચીજો બનાવી દઈશ.તમારું ધ્યાન રાખીશ." કવિતા બોલી

" અરે ! ચલો બધા .. પહેલા એક સેલ્ફી લઈએ. આ ખુશીની પળો યાદગાર હોવી જોઈએ." પપ્પા બોલ્યા

4

સાત વચન

હવે શું થશે? ભારતીને તો પિયર મોકલી દેશે એ લોકો. જમાઈ જી પણ ખબર નહિ શું નિર્ણય લેશે. ના જાણે ક્યાં જન્મ ની સજા મળી મારી દીકરીને... અને રુહી ને કોણ રાખશે ?" અગણિત સવાલો ની વચ્ચે આજે ભારતી ના માતા પિતા ઘેરાયેલા હતા.પાંચ મહિના પહેલા ભારતી સાથે એક દુર્ઘટના બની જેમાં એના બંને પગમાં એટલી મોટી ઇજા પહોંચી કે હવે ભારતી એના પગ પર ઊભી પણ નોહતી રહી શકતી.શહેરના મોટા મોટા ડોકટરે પણ હાર માની લીધી હતી. બીજા શહેરો માં પણ ઈલાજ કરાવ્યો પણ ભારતી માટે હવે વોકર અને વ્હીલ ચેર જ સહારો બની.ભારતી ના લગ્નને લગભગ બાર વર્ષ થઇ ગયા હતા. અને નવ વર્ષ ની એક દીકરી પણ હતી. પતિ નીરજે એક પળ માટે પણ ભારતી નો સાથ ન છોડ્યો.પણ આજે જ્યારે નીરજ નો ફોન આવ્યો કે એ ભારતી ને લઇને આવે છે ત્યારે ભારતી ના માતા પિતા ને દિલમાં કેટલાય સવાલ મુંઝવતા હતા.દરવાજા પર ઊભી રહીને રાહ જોતી માં જેવી નીરજ ની ગાડી આવતી જોઈ કે તરત આરતીની થાળી લઇ આવી.એક્સિડન્ટ પછી પહેલીવાર દીકરી પિયર આવી હતી.પિતાજી પણ છાપુ ટેબલ પર મૂકી ને દરવાજા પાસે આવી ને ઉભા રહી ગયા.

સફેદ રંગ ની કાર ઘરની પાસે આવીને ઊભી રહી. નીરજ એ કાર ની ડિક્કી માંથી વ્હીલચેર કાઢી અને પછી આરામ થી ભારતી ને એમાં

બેસાડી અને અંદર આવ્યો.

માતા પિતા ની આંખમાં આંસુ આવી ગયા. જે છોકરી થાક્યા વિના ,દોડી દોડીને કામ કરતી હતી આજે એ એક ડગલું પણ એકલી નથી ચાલી શકતી.

દીકરી જમાઈ અને ભાણી આવ્યા એટલે માં એ ત્રણેય ની આરતી ઉતારી અને આંસુભરી આંખે દીકરીને ગળે લગાવી લીધી.

રુહી દોડીને ઘર ની અંદર ચાલી ગઈ.નીરજ એના સાસુ સસરા ને પગે લાગ્યો અને કહ્યું.." મમ્મી જી તમે અંદર જાવ હું ભારતી ને લઈને આવું છું."

ભારતી એના માતા પિતાને મળીને ખૂબ રડી. જાણે વીતેલા દિવસો ની પીડાને આંસુથી ધોઈ દેવા માંગતી હતી.

"માં..કાશ આ એક દુઃસ્વપ્ન હોત. હું આંખ ખોલું ને મારા પગ સહી સલામત હોત. પણ માં હું તો હવે નિસહાય થઈ ગઈ. હર એક વાત માટે કોઈ બીજાનો સહારો લેવો પડે છે. માં ..આવું મારી સાથે કેમ થયું?? રુહી નું શું થશે ??"ભારતીએ રડતા રડતા એના માતા પિતાને કહ્યું.

પિતાજીએ એની દીકરી માથે હાથ મૂકીને કહ્યું.. "ચૂપ થઈ જા બેટા ...હજી તારા માતા પિતા બેઠા છે... તુ જરાય ચિંતા નહી કરતી. અમે તારું અને રુહી નું ધ્યાન સારી રીતે રાખી શકીએ એમ છીએ."

નીરજ હાથ પગ ધોવા માટે અંદર ગયો હતો. ત્યારે માંએ દીકરી ને ધીરેથી પૂછી લીધું.. "બેટા ,નીરજ તને હમેંશા માટે અહી મૂકવા આવ્યા છે?? શું તને સાસરિયા મા નહી રાખે? શું હમેંશા માટે અહી મોકલી દીધી છે ?

દીકરી કંઈ બોલે એ પહેલા નીરજ આવી ગયો અને નીરજે એની સાસુ ની બધી વાતો સાંભળી લીધી હતી.નીરજે એની સાસુ ને કહ્યું.. "મમ્મી જી, તમે જે વાત ને લઈને પરેશાન છો એવી કોઈ વાત નથી.હું તમારી દીકરીને અહી થોડાક દિવસ માટે લઇ આવ્યો છું. જેથી તમારી સાથે સમય વિતાવી એને સારું લાગે.બાકી ત્યાં તો એ હર પળે ભવિષ્યની ચિંતા જ કર્યા કરે છે.

અને રહ્યો સવાલ મારો.. તો હું મારી પત્નીનો સાથ ક્યારેય છોડીશ નહીં. વિવાહ સમયે સાત વચન મેં ખાલી એમજ નહોતા લીધા બલ્કે હર એક વચનને મેં દિલથી સ્વીકાર કર્યા હતા અને આજે હું મારી પત્ની

સાથે એવી રીતે જ રહીશ જેમ પહેલા રહેતો હતો અને હું જીવીશ ત્યાં સુધી એનો સાથ આપીશ.

અને ઈશ્વર ની મરજી હશે તો અમારો સાથ સાત જનમો નો હશે. હું જાણું છુ કે તમારી ચિંતા ઉચિત છે.

મને પૂરો વિશ્વાસ છે કે જો આ દુર્ઘટના મારી સાથે થઈ હોત તો મારી પત્ની મને છોડીને ક્યારેય ના જાય. તો પછી હું એને છોડીને કેવી રીતે જઈ શકું ?? તમે નિશ્ચિત રહો હું મારી પત્ની નો સાથ ક્યારેય છોડીશ નહીં.

એના જમાઈ ની વાત સાંભળીને માતા પિતાને લાગ્યું કે અમે કેટલા ભાગ્યશાળી છીએ કે નીરજ જેવો જમાઈ મળ્યો અને અમારી દીકરી પણ નસીબદાર છે કે એને આવો જીવનસાથી મળ્યો.

નીરજે ભારતી ને ક્યારેય એવું લાગવા જ દીધું નહી કે એ નીરજ માથે બોજ છે.

નીરજે કેવળ ઘર જ નહીં પણ ,ઓફિસ,રુહી અને ભારતીને પણ સંભાળી લીધા હતા.

પતિના પ્રેમથી ભારતી પોતાના અને ઘરના ઘણા કામ કરવા સક્ષમ થઈ ગઈ હતી.

સાસુ સસરા ને શરૂમાં લાગ્યું હતુ કે ભારતી ને પિયર મોકલી દેવી જોઈએ, પણ દીકરા નીરજે એમને સમજાવ્યા કે..કદાચ મારી સાથે આવું થયું હોય તો શું કરત તમે ??

એ પછી એમણે પણ વહુને પૂરો સાથ આપ્યો.

આજે પંદર વર્ષ પછી રુહી ના લગ્નની તૈયારીઓ ચાલી રહી હતી.

ઘરનું આંગણુ દુલ્હનની જેમ સજાવ્યું હતું.

આજે ભારતી અને નીરજે એકજ રંગ ના કપડા પહેર્યા હતા. નીરજ ભારતી ના માથા મા લગાવેલ ગજરા ને સરખો કરી રહ્યો હતો. ત્યાંજ દીકરી રુહી નવવધૂ બનીને તૈયાર થઈ ને બહાર આવી જેને જોઈને માતા પિતા ની આંખો ભરાય આવી.

રુહીએ પપ્પાને ગળે લગાવી ને કહ્યુ.. "પપ્પા, ભગવાન દરેક છોકરી ને તમારા જેવો જીવનસાથી આપે.."

પિતાએ કહ્યું.." બેટા, કોઈપણ સંબંધનો પાયો પ્રેમ અને સન્માન હોય છે.તું પણ તારા વૈવાહિક જીવન મા આ વાત યાદ રાખજે.

રુહી ના નાના નાની અને દાદા દાદીએ પણ એની રુહી ને આશીર્વાદ આપ્યા અને કહ્યું..બેટા, સદા સુખી રહેજે."

ત્યાં સુધીમાં જાન પણ આવી ગઈ.

બધી વ્યવસ્થા એજ રીતે કરી હતી કે ભારતીને કોઈ મુશ્કેલી ન પડે.

વ્હીલચેર પર બેસીને એણે નીરજ ની સાથે મળીને રુહી નુ કન્યાદાન કર્યું.

રુહી ની વિદાય માં બધાની આંખો માં આંસુ હતા.

ભારતીની માં એ નીરજને કહ્યું.."નીરજ બેટા, તમે ખરેખર સાબિત કરી દીધું કે વિવાહ ના સાત ફેરા,સાત વચન કેવળ એક વિધિ જ નથી બલ્કે સંબંધનો પાયો છે . તમે તમારા બધા વચન નિભાવ્યા. અમે તમને જેટલા ધન્યવાદ આપીએ એટલા ઓછા જ છે."

નીરજ એમને પગે લાગ્યો અને કહ્યું.. "હજી તો પહેલો જન્મ છે, છ જન્મ તો બાકી છે."

કેમ ભારતી, સાથ આપીશ ને ?? નીરજે ભારતી સામે જોઈ ને હસતા હસતા કહ્યું.

બધાના ચહેરા ખીલી ઉઠ્યા.

5
રેશમી દોરો

બે દિવસ થી અર્ચના થોડી ઉદાસ દેખાતી હતી. રસોડા માં ચા બનાવતા બનાવતા અર્ચના દૂર શૂન્ય માં તાકવા લાગી અને ચા ઉભરાય ને તપેલા ની બાહર ઢોળાવા લાગી ત્યારે પતિ માનવે આવી ને તરત ગેસ બંધ કરી દીધો અને અર્ચનાનો હાથ પકડીને બોલ્યો.. "અર્ચુ, શું થયું છે?? ક્યાં ધ્યાન છે તારું??તબિયત તો બરાબર છે ને ?"

અર્ચના હેબતાઈ ગઈ અને ઢોળાઇ ગયેલી ચા ને જોઈ ને અચાનક આંખ માંથી આંસુ નીકળી ગયા.. અને બોલી.." ઓહ..હું પણ છું ને..કાઇ બરાબર નથી કરતી.."

" અરે ! અર્ચુ ચાલ તું મારી સાથે બાહર ચાલ, આ બધું પછી હું કરી લઈશ ." એવું કહી ને માનવે અર્ચનાને સોફા પર બેસાડી.

"હવે કહે શું થયું છે? કેમ આટલી ઉદાસ છે. અને આ આંસુ શુકામ..? બાળકો પણ કહેતા હતા કે કાલે બપોરે તું જમી નથી." માનવ પત્ની ના આંસુ લૂછતાં બોલ્યો.

અર્ચના માનવને ગળે વળગી ને હીબકા ભરી ભરી ને રડવા લાગી.

એ બોલી.. "માનવ બે દિવસ પછી રક્ષાબંધન છે.૮ વર્ષ વિતી ગયા માનવ, પણ સુધીરભાઈ એ મને માફ નથી કરી. દર વર્ષે એક આશ રહે છે કે આ વખતે ભાઈ આવશે પણ દર વખતે મારી રાખડી ને એમની કલાઈ પર બાંધવા ને બદલે ડબ્બામાં જ મૂકી દેવી પડે છે." આમ કહી ને અર્ચના ભગવાન ના મંદિર મા મૂકેલા સોનેરી ડબ્બા ને લઇ આવી

અને માનવ ને બતાવવા લાગી.

"અર્ચના,મારું માન અને આ વખતે તું ત્યાં જઈ આવ. મને ખબર છે તે નહી આવે. આપણા લવ મેરેજ નો તેઓએ સ્વીકાર નથી કર્યો. એમણે તારા માટે મારા થી સારો છોકરો જોયો હતો અને તે એમની અને પરિવાર ની મરજી વિરૂદ્ધ મારી સાથે લગ્ન કર્યા. તું જ વિચાર કર તેઓ બધું કેમ ભૂલી શકે. આ વખતે તું જ જઈ આવ ને." માનવે સમજાવી.

"માનવ,જ્યારે મમ્મી પપ્પાએ આપણને અપનાવી લીધા તો ભાઈ કેમ નથી અપનાવી શકતા. એવો પણ શું ગુસ્સો..અને રહ્યો સવાલ મારે ત્યાં જવાનો તો જ્યાં તમારું માન ન હોય ત્યાં હું કેમ જાવ. જ્યારે તે આપણને સન્માનપૂર્વક બોલાવશે ત્યારે જ હું જઈશ." આટલું કહી ને અર્ચનાએ ડબ્બા ને પાછો મૂકી દીધો એને રસોડા માં ચાલી ગઈ.

માનવ વિચાર મા પડી ગયો કે શું કરવું જોઈએ.

રક્ષાબંધન ને એકદિવસ પહેલા બાળકો તૈયારી કરવા લાગ્યા. દીકરી રોશની એના ભાઈ પ્રતીક માટે સુંદર મજાની રાખડી લઇ આવી. ભાઈએ પણ એની બચત ના પૈસા માંથી એક નાનકડું પર્સ ખરીદી લીધું. માનવને બહેન ન હતી. પણ બાળકો ની સાથે એ પણ એની તૈયારી માં સાથ આપતો હતો.

અર્ચનાનું મન બેચેન હતુ. દર વર્ષે એની એ જ હાલત હોય. વારે વારે ફોન જોયા કરતી. કોઈ ઘરનો દરવાજો ખખડાવે તો દોડી ને જોવા જતી. કલાકો સુધી એણે ખરીદેલી રાખડી ને જોયા કરતી અને પછી ભગવાન પાસે બેસીને પોતાનું દુઃખ સંભળાવી ને રાખડી ડબ્બા માં મૂકી દેતી. બપોરે બધા જમી લેતા પણ એ સાંજ સુધી ભાઈ ની રાહ જોતી કે કદાચ ભાઈ આવી જાય. પણ ભીની આંખે બાળકો સાથે દિલ ને મનાવી લેતી.

આવી જ કઈંક હાલત ભાઈ ના ઘર ની રહેતી. ભાઈ સુધીર પણ દરેક કુરિયર ને એ આશાએ ખોલી ને જોતો કે કદાચ બેન ની રાખડી આવી હોય.પત્ની પણ ઘણું સમજાવતી,"બેન ને ફોન કરો, એની ઘરે જઈ આવો. આખરે માતા પિતા ના મૃત્યુ બાદ એક બહેન માટે ભાઈ નું ઘર જ તો પિયર હોય છે. ભાઈ ની આવી બેરુખી એક બેન કેવી રીતે સહન કરી શકે."

સુધીર કહેતો.. "હું શુકામે જાવ ?? એ નાની છે, શું અહી આવી ને મારી સાથે વાત ન કરી શકે?એને તો ભાઈ ની ચિંતા જ નથી. માનવ ના પ્રેમ મા અંધ બની ને એણે ભાઈ સાથે સબંધ તોડી નાખ્યો. એકવાર આવીને કહી દે કે ભાઈ ગુસ્સો છોડી દયો તો શું હું એને માફ ન કરી દેત. એને મારી જરૂર નથી તો મારે પણ જરૂર નથી. મારો હાથ રક્ષાબંધન ના દિવસે ખાલી રહે, એનાથી કેમ સહન થતું હશે. હું મારી ફરજ ક્યારેય નથી ચૂક્યો. જો દર વર્ષે એના માટે ઉપહાર લઇ આવું છુ કે આ વખતે તો એ આવશે કે રાખડી મોકલશે પણ બધું વ્યર્થ." સુધીર નું મન પણ ઉદાસ હતું.

આજે રક્ષાબંધન નો દિવસ હતો. પ્રતીક ના હાથ માં બહેને રાખડી બાંધી દીધી.

માનવ બોલ્યો .. "ચલો ને આપણે લોનાવાલા જઈએ.. અર્ચના તારું દિલ હળવું થઈ જશે અને બાળકો ને પણ મજા આવશે."

બાળકો ખુશી થી ઉછળી પડ્યા અને બોલ્યા.."પ્લીઝ મમ્મી હા કહેજો, ના નહી પાડતા."

બાળકો ની ઈચ્છ હતી એટલે અર્ચના ના ન પાડી શકી અને બધા લોનાવાલા જવા માટે તૈયાર થઈ ગયા.

પુણે થી લોનાવાલા નું અંતર લગભગ દોઢ કલાક નું હતું.

અર્ચના બારી બારણા બંધ કરી જવા માટે તૈયાર હતી. મંદિર મા ભગવાનને વંદન કરી પ્રાર્થના કરી અને ઘરને દરવાજે તાળું મારી ને એ કાર મા બેસી ગઈ.

લગભગ બે કલાક મા એક સુંદર રિસોર્ટ માં પહોચી ગયા. મોટા મોટા ઝાડ , ફૂલો થી ભરેલો બગીચો.બધું જ સુંદર હતું.

બાળકો એની સેલ્ફી લેવા મા વ્યસ્ત થઈ ગયા અને માનવ ફોન પર વાત કરતો હતો.

બપોર ના બે વાગી ગયા હતા. રિસોર્ટ ના ડાઇનિંગ હોલ માં જમવાનું તૈયાર હતું.

રક્ષાબંધન ના તહેવાર ને ધ્યાન માં રાખીને પરંપરાગત ભોજન પીરસ્યું હતું. બાળકો તો ખીર, પૂરી જોઈને ખુશ થઈ ગયા. સાથે મગ ની દાળ નો હલવો પણ હતો. ધીમા સુરે રક્ષાબંધન ના ગીત વાગી રહ્યા હતા.

માનવ અને અર્ચના ખુરશી પર બેઠા હતા.બાળકો એનું મનપસંદ જમવાનું પ્લેટ માં લઈ રહ્યા હતા.વેઇટર એમને મદદ કરતો હતો.

અર્ચના નો ઉદાસ ચહેરો જોઈને માનવ બોલ્યો.." અરે ! આપણે અહીંયા એન્જોય કરવા આવ્યા છીએ.અને તું દુઃખી છો.આવું નહી કર.ખુશ રહે ને.."

દીકરા એ પપ્પા ને કહ્યું.." પપ્પા, તમારો ફોન આપો ને એક મસ્ત ફોટો પાડી લવ."

માનવે એનો ફોન આપ્યો.

દીકરો બોલ્યો.." બધા સ્માઈલ કરો..."

ક્લિક.. એણે ફોટો પાડ્યો અને મમ્મી ને બતાવી ને બોલ્યો." મમ્મી જોવો કેટલો સરસ પિક છે.બસ આ કોઈ અંકલ વચ્ચે આવી ગયા..."

અર્ચનાએ ફોટો જોયો અને જોતી જ રહી ગઈ. હાફળી ફાફળી ઊભી થઈ ને પાછળ જોયું તો એની આંખો આંસુ થી ભરાય ગઈ પણ આ વખતે ખુશી ના આંસુ હતા.

દીકરી બોલી.." મમ્મી કેમ રડે છે ??"

માનવ હસીને બોલ્યો.." બેટા એ તમારા સુધીર મામા છે.જાવ જઈને પગે લાગી આશીર્વાદ લઇ લો.

"મામા, અમે તો તમને ફોટામાં જ જોયા હતા.તમને ઓળખ્યા જ નહીં." દીકરો બોલ્યો.

મામાએ બંને બાળકો ને ગળે લગાવી લીધા અને ખૂબ વ્હાલ કર્યું અને બોલ્યા.." હા, તારી મમ્મીની અને મારી કિટ્ટા હતી ને...."

દીકરી બોલી.." આજે તમારી દોસ્તી થઈ ગઈ ને..?

પાછળ ઊભેલી સુધીર ની પત્નીએ કહ્યું..." હા, બેટા આજે બધાની બટ્ટી થઈ ગઈ. અને એ પણ પાક્કી."

અર્ચના દોડીને ભાભીને ગળે વળગી ગઈ. ભાભી બોલી.." અર્ચના હવે જલ્દી થી ભાઈ ને રાખડી બાંધ. વર્ષો નો ઇન્તજાર ખતમ કર."

અર્ચનાએ જલ્દી થી પર્સ માંથી રાખડી કાઢી. જે ઘરે થી નીકળતી વખતે એ ભગવાન પાસેથી એમ કહી ને લાવી હતી કે.. "હે ઈશ્વર આજે તો આ રાખડી ને ભાઈના હાથની શોભા વધારે એવી તક આપજે."

ભાભીએ આરતીની થાળી અર્ચના ના હાથ માં દીધી અને આજે વર્ષો નો ઇન્તજાર ખતમ થયો.

આજે એક બહેને એના ભાઈને રાખડી બાંધી અને એના સુખી, સ્વસ્થ અને લાંબા આયુષ્ય માટે પ્રાર્થના કરી.

ભાઈ એ પણ બેન ને માથે હાથ રાખી વચન આપ્યું કે તે હમેંશા એની બહેન નો સાથ આપશે. એની રક્ષા કરશે.

માનવ એક બાજુ બેઠો હતો. સુધીરે કહ્યું.. "મને માફ કરજો, આટલા વર્ષ તમને ન અપનાવી શક્યો. પણ હું જાણું છું કે મારી બહેન માટે તમારાથી સારો જીવનસાથી બીજો કોઈ ન હોય શકે."

ભાભી બોલી.. "આ તો માનવ જી નો જ પ્લાન હતો. એમણે જ કાલે મને મેસેજ કરીને કહ્યું હતું કે લોનાવાલા માં ભાઈ બહેન નું મિલન કરાવી શકીએ. એટલે અમે પણ અહી પહોંચી ગયા અને તમે બધા પણ."

માનવ બોલ્યો .. "ભાઈ સાહેબ તમારો અને અર્ચનાનો તો લોહી નો સબંધ છે. મારા કારણે એમાં ખટાશ આવી ગઈ હતી બસ એટલે આ વર્ષે તો નક્કી જ કરી લીધું હતું કે ભલે ગમે એમ થઈ જાય તમને બંનેને મળાવી ને જ જંપીશ. આટલા વર્ષ હિંમત ન ચાલી. હું જાણતો હતો કે એકવાર તમે લોકો આમને સામને આવી જશો પછી કોઈને કંઈ નહિ કરવું પડે."

અર્ચના માનવ પર ગર્વ અનુભવતી હતી.

આજે રક્ષાબંધન ને દિવસે ભાઈ બહેન વચ્ચે ના અબોલા તૂટી ગયા હતા.

સુધીર ની પત્ની એક મોટું બોક્સ લઇ ને આવી અને બોલી.. "લો સુધીર, બહેનને આ બધી ગિફ્ટ્સ આપી દો જે આટલા વર્ષો થી ખરીદી ને ભેગા કરી રાખ્યા છે."

અર્ચના મલકાઈ ઉઠી અને એની આંખો નમ થઈ ગઈ.

પ્રતીક એ મામા ને કહ્યું.. "મામા હવે તમે ઘરે ચાલો. મમ્મી તમને ઘણી બધી રાખડી બાંધશે. બધી રાખડીઓ ગોલ્ડન બોક્સ માં સાચવી રાખી છે..!"

પછી શું હતુ. સાંજે બધા અર્ચના ની ઘરે પહોંચી ગયા અને ઘરમાં સર્વત્ર આનંદ આનંદ છવાઈ ગયો. ભાઈ બહેન વચ્ચે ની દુરી ખતમ થઈ ગઈ અને સૌએ પ્રેમ થી ઉજવ્યો રક્ષાબંધન નો ત્યોહાર.

6
દીકરી

દીકરી ના જન્મ સમયે ઘણા બધા અભિનંદન સંદેશ મળે ,કોઈ કહે લક્ષ્મીજી આવ્યા,કોઈ કહે ઈશ્વર ના આશીર્વાદ મળ્યા,કોઈ કહે ખૂબ ભાગ્યશાળી છો કે દીકરી નો જન્મ થયો.ત્યારે દીકરી મનોમન ખુશ થાય છે,ખુદ પર ગર્વ કરે છે.દીકરી ને દેવી સ્વરૂપ માની એના પગલાં ની છાપ લેવાઈ છે.એના માટે ઘણા બધા રમકડાં, સુંદર રાજકુમારી જેવા કપડા લેવાઈ છે,એનો રૂમ પરીઓ ની જેમ સુંદર સજાવવામાં આવે છે.દીકરી ની માં છૂપી રીતે એની લાડલી માટે ઝવેરાત બનાવવા માટે બચત કરવામાં લાગી જાય છે.પિતા પણ એની આવક વધારવા ના પ્રયાસ માં લાગી જાઇ છે.

રેવતી પણ બિલકુલ એવી જ રીતે મોટી થઈ રહી હતી.રેવતી પર માં સરસ્વતી ના આશીર્વાદ હતા એટલે માતા પિતા નિશ્ચિત હતા.રેવતીએ હજુ યૌવન ના ઉંબરે પગ મૂક્યો હતો કે એનો ઘરે થી જવા આવવાનો સમય ફિક્સ કરી નાખવા માં આવ્યો,માં તો જાણે એનો પડછાયો બની સાથે જ રહેતી.પિતા પણ દીકરી ને શહેર ની બહાર મોકલતા પહેલા ખૂબ વિચારતા.

રેવતી જ્યારે આ રોક ટોક પર કઈ બોલતી તો માં એને સંસ્કાર અને સારી પરવરિશ કહેતી અને રેવતી ચૂપ થઈ જાતી.

આજે જ્યારે રેવતી નોકરી કરવા લાગી હતી ત્યારે પણ માં એને ઘણી શિખામણ દેતી.રેવતી ના મન માં એક સવાલ રહેતો કે આવો ડર

દીકરી અને એના માતા પિતાને ને કેમ ?શું છોકરા ને એના માતા પિતા કોઈ સંસ્કાર નથી આપતા શા માટે અમે દીકરીઓ એ ખુદ ને સુરક્ષિત રાખવા માટે અનેક બંધન સહન કરવા પડે છે.?

આજે રેવતી ને પહેલો પગાર મળ્યો.ઘરે પાછા ફરતા એણે દુકાન પર લાગેલી એક સુંદર સાડી જોઈ તો એણે પહેલીવાર માં ને પૂછ્યા વગર એ સાડી લઇ લીધી.પપ્પા માટે પણ ભેટ માં એક શર્ટ લઇ આવી.એના ચહેરા પર ની ખુશી જાણે હર કોઈ ને સાફ દેખાતી હતી.સાધારણ નાક નકશા વાળી રેવતી ના ચહેરા પર એક અલગ જ આભા હતી.

ઘરે આવી ને ગિફ્ટ બતાવી તો માતા પિતા પણ ખૂબ જ ખુશ થઈ ગયા.પપ્પા એ તો શર્ટ પહેરી પણ લીધો પણ માં બોલી.." રેવતી આ સાડી તારી સગાઈ માં પહેરીશ."

રેવતી બોલી.." મમ્મી ત્યારે બીજી લઇ લેશું,આજે જ આ સાડી પહેરી લો.

રેવતી ના પપ્પા એ કીધું કે શહેરના એક સભ્ય પરિવાર માંથી એના માટે માગું આવ્યું છે. એમને રેવતી પસંદ છે.રેવતી ને પસંદ આવે એટલી વાર છે.

રેવતી જાણતી હતી કે મમ્મી પપ્પા કોઈ ખોટો નિર્ણય નહી લે.

એક મુલાકાત માં જ પ્રશાંત ને એણે પસંદ કરી લીધો અને ઘર માં શરણાઈ ગુંજી ઉઠી.

રેવતી આજે નવવધૂ બની ખૂબ જ સુંદર લાગતી હતી.આજે એમની ગુડીયા, લાડલી, પરી..પ્રશાંત ની સાથે એની નવી જિંદગી માં પગલાં પાડવાની હતી.

રેવતી સમજદાર હતી અને સંસ્કાર માં ઉછરી હતી. એણે સાસરિયાં માં બધા ના દિલ જીતી લીધા.સાચું જ છે કે દીકરી વર્ષોથી જે માહૌલ માં રહી હોય એને છોડી ને એક જ રાત મા ખુદ ને બદલી ને સાસરિયાં માં એડજેસ્ટ કરી લે છે. બધી આદતો ,નખરા,ગુસ્સો, અલ્લડતા જાણે વિદાય સમયે પિયર મા છોડી ને જાય છે.

ઘણીવાર પિયર માં સાંભળતી હોય છે કે..દીકરી જે કરવું હોય એ તારા ઘરે જઈ ને કરજે.સાસરે આવી ને સાંભળવા મળે છે કે..વહુ આ સાસરિયું છે તારું, અહીંના હિસાબે રહેજે.

દરેક છોકરી વિચારે છે કે મારું ઘર ક્યું છે ?? જેને હું મારું કહું.

રેવતી ના માતા પિતા તહેવાર, જન્મ દિવસ પર રેવતી ના સાસરે આવતા અને એની આર્થિક સ્થિતિ પ્રમાણે ગીફ્ટ્સ આપી જાતા.રેવતી હમેંશા કહેતી કે ગિફ્ટ્સ ના લઇ આવશો પણ દીકરી ના પિતા ને ખબર હોય છે કે આ ભેટ સૌગાત દીકરી કરતા એના સાસરિયાં વાળા ની ખુશી માટે આપવા મા આવે છે જેથી દીકરી સુખી રહે.

રેવતી ના પપ્પા નોકરી માંથી રિટાયર થઈ ગયા .રેવતી પણ માં બની ગઈ હતી.રેવતી ની દીકરી નો પહેલો જન્મ દિવસ હતો.

રેવતી આતુરતા થી એના મમ્મી પપ્પા ની રાહ જોતી હતી.

આજે રેવતી અને પ્રશાંત ઘણા ખુશ હતા અને ઘર ને ખૂબ સુંદર સજાવ્યું હતું.પણ રેવતી ની નજર દરવાજા પર મંડાયેલી હતી કે ક્યારે એના મમ્મી પપ્પા આવશે..

મહેમાનો ના સ્વાગત માં પ્રશાંત અને સાસુ સસરા લાગી ગયા.રેવતી એ પપ્પા ને ફોન લગાડ્યો.રીંગ વાગતી રહી પણ એમણે ફોન ના ઉપાડ્યો.રેવતી એ આ વખતે મમ્મી ને ફોન કર્યો..તો એણે સાંભળ્યું " જુઓ,આ મારી કાન ની બુટી વેચવી છે મારે.મારી ભાણી માટે મારે સોનાની વાળી અને ચાંદી ની ઝાંઝરી લેવી છે.આજે એનો જન્મ દિવસ છે.

માં થી ફોન કટ કરવાને બદલે ઓન થઈ ગયો હતો.

રેવતી સમજી ગઈ કે મમ્મી પપ્પા સોની ની દુકાન મા છે.

રેવતી ની આંખ મા આંસુ આવી ગયા.

એ મન મૂકી ને રડવા માગતી હતી.થોડા સવાલ પૂછવા માગતી હતી સમાજ ને કે..કેમ એક દીકરીના માતા પિતા એના છેલ્લા શ્વાસ સુધી દીકરી ની ચિંતા મા જ રહે છે.

પત્ની ની આંખ મા આંસુ જોઈ પ્રશાંતે એને કારણ પૂછ્યું..તો રેવતી એ બધી વિગત કહી દીધી.સાસુ સસરા પણ વહુ ના દર્દ ને અનુભવ કરી શકતા હતા.થોડા સમય માં રેવતી ના મમ્મી પપ્પા આવી ગયા , એ વાત થી અજાણ કે બધા એની મનોદશા જાણતા હતા.એમના ચહેરા પર ખુશી હતી,પોતાના હાથે ભાણી ને ભેટ આપતી વખતે એમનાં મન માં સંતોષ હતો.

રેવતી ની આંખો માં જોઈ માં એ પૂછ્યું.." શું થયું મારી દીકરી ને ??"

પ્રશાંતે એમને કહ્યું.." મમ્મી,આપણે બધા એક જ ચક્કી માં પીસાતા આવ્યે છીએ,એ જ જુનવાણી રિવાજો,એ જ રૂઢિચુસ્ત વિચારો...પણ હવે નહી.જાણતા અજાણતા અમારા થી પણ ભૂલ થઈ પણ હવે નહી.રેવતી જેટલી આ ઘર ની વહુ છે એનાથી વધારે તો તમારી દીકરી છે.મારા માતા પિતા ની સેવા કરવી મારો અને રેવતી નો ધર્મ છે તો, તમે બંને પણ અમારા છો.રેવતી ના એક નહી બે ઘર છે.

દીકરી ને હવે પારકું ધન નહી પણ જીવનભર ની જમાં પુંજી માનજો.રેવતી આ ઘર ની દીકરી બની ગઈ અને હવે થી હું તમારો દીકરો છું.

7
પુત્ર ની ફરજ

વીરેન્દ્રજીએ ખૂબ જ પરિશ્રમ કરીને એના દીકરા અનુજ અને દીકરી શૈલીને ભણાવ્યા અને એ લાયક બનાવ્યા કે તે બેઉ પોતાના પગ પર ઊભા રહી શકે. એમની પત્ની નીલુ એ પણ ઘરખર્ચમાં બચત કરી કરીને બાળકોની નાની મોટી માંગણીઓ પૂરી કરવામાં યોગદાન આપ્યું.અનુજના શરીરનો બાંધો બિલકુલ એના પિતા જેવો હતો. ઉંચુ કદ,ઘઉંવણૉ વાન, અને ઊંડી આંખો.અનુજને નોકરી મળી ગઈ એટલે ઘરમાં ઘણા બધા ફેરફાર થવા લાગ્યા. જ્યારે કમાવા વાળા હાથ વધી જાય તો ફરક પડે એ સ્વાભાવિક જ છે.હવે નીલુજી એ ઘરકામમાં મદદ કરવા માટે કામવાળી રાખી લીધી. પિતાજી પણ હવે બસ ને બદલે ઓટો રિક્ષામાં બેસીને ઓફિસે જવા લાગ્યા.બહેન શૈલી એ પણ પહેલીવાર બ્રાન્ડેડ કપડા ખરીદ્યા.

બે વરસ માં ઘરની હાલત સુધરી ગઈ અને હવે તો શૈલીને પણ નોકરી મળી ગઈ હતી. હવે તો ચિંતાની કોઈ વાત જ નોહતી.અનુજ માટે લગ્નના માંગા આવવા લાગ્યા હતા.

પત્ની નીલુ બોલી.. "સાંભળો, અનુજ માટે સરસ માગું આવ્યું છે. છોકરીનું નામ સ્વાતિ છે. જોવો માસીજી એ એનો ફોટો મોકલ્યો છે..આપણી શૈલી ના લગ્ન કરીએ એ પહેલા જો ઘરમાં વહુ આવી જાય તો કેવું રહેશે.."

વીરેન્દ્ર જી બોલ્યા "વાત તો તારી બરાબર છે પણ અનુજને પણ પૂછવું જરૂરી છે. એના મનમાં કોઈ બીજી વાત હોય તો ?કે પછી એણે કોઈને પસંદ કરી લીધી હોય તો..?"

છુપાઈને મમ્મી પપ્પા ની વાતો સાંભળી રહેલી શૈલી અંદર આવીને બોલી., "ના,ના પપ્પા એવું કંઈ નથી. મેં ભાઈને પૂછ્યું હતું. એણે કહ્યું જેમ મમ્મી પપ્પા કહેશે એમ કરીશ."

પપ્પા હસીને બોલ્યા "ક્યાંક તે તો કોઈને પસંદ નથી કરી લીધો ને તારા માટે..કહી દેજે બેટા.. અમે તારી સાથે છીએ."

શૈલી પપ્પાને ગળે વળગી ને બોલી "ના, પપ્પા એવું કંઈ નથી. હું પણ ભાઈની જેમ તમારી મરજી પ્રમાણે જ લગ્ન કરીશ. પણ અત્યારે તો ભાઈ ની વાત ચલાવોને. આ કેટલો સુંદર ફોટો છે."

નીલુજીના માસીએ સ્વાતિ નું માગું અનુજ માટે મોકલ્યું હતું સ્વાતિ એના કોઈ ઓળખીતા ની દીકરી હતી.

અનુજે સ્વાતિને મળવા માટે હા કહી દીધી. સ્વાતિને મળીને અનુજે કહ્યું.. "હું તારી સાથે ચોખવટ કરવા માગું છું કે અત્યારે અમે ભાડાના ઘરમાં રહીએ છીએ, અમે મધ્યમવર્ગીય લોકો છીએ. મારી નોકરી સારી છે.લોન મળે એટલે ખુદનું ઘર લઇ લેશું. અત્યારે હું આ બધું તને એટલા માટે કહું છું કે પાછળથી કોઈ પરેશાની ઊભી ન થાય."

સ્વાતિને અનુજનો નિખાલસ સ્વભાવ ગમી ગયો અને એણે લગ્ન માટે હા કહી દીધી.

વીરેન્દ્ર જીએ સ્વાતિના પપ્પાને કહ્યું.. "જી,અમે લગ્નમાં વધારે ખર્ચો નહી કરી શકીએ. સાદાઈ પૂર્વકના લગ્ન જ ઉચિત રહેશે."

સ્વાતિના પપ્પા બોલ્યા.. "જી,જી તમારી વાત બરાબર છે."

અનુજ અને સ્વાતિની સગાઈ થઈ ગઈ અને લગ્નની તૈયારીઓ શરૂ કરી દીધી.

નીલુ જી થોડી ઉદાસ હતી એ જોઈને વીરેન્દ્ર જી બોલ્યા.. "શું વાત છે..પરેશાન કેમ છો ??"

" લગ્નમાં વહુને ધરેણાં શું આપશું? અત્યારે સોનાના ભાવ આસમાને પહોંચી ગયા છે અને આપણી પાસે જૂના ધરેણા પણ પડ્યા નથી. બસ એક હાર અને બુટી છે જે લગ્નમાં મને મળ્યા હતા. વિચારુ છું કે એને જ પોલિશ કરાવીને વહુને આપી દઉં. પણ સ્વાતિ શું કહેશે કે

સાસુએ એના જૂના ઘરેણાં આપી દીધા.. અને ભંગાવીને નવા કરાવવા જાશું તો નુકશાની વેઠવી પડશે.

એટલામાં અનુજ આવ્યો અને બોલ્યો.. "માં , તમે એવું શુકામે વિચારો છો. મેં સ્વાતિ સાથે વાત કરી છે. એને આપણી આર્થિક સ્થિતિ અંગે ખબર છે. અને આતો તમારા આભૂષણ છે એમાં દાદીના આશીર્વાદ પણ છે. સ્વાતિ રાજી ખુશીથી પહેરશે."

અનુજ અને સ્વાતિ ના લગ્ન થઈ ગયાં, લગ્નમાં વધારે ખર્ચો તો નોહતો કર્યો, તો પણ ખર્ચો તો થાય જ છે, જમણવાર ,કપડા,મહેમાનોનું સ્વાગત વગેરેમાં. વીરેન્દ્ર જી ની થોડી ઘણી બચત હતી લગ્નમાં વપરાઈ ગઈ.

સ્વાતિ વહુ બનીને ઘરમાં આવી ગઈ.

લગભગ પાંચ છ મહિનામા બધું બરાબર થયું. પછી સ્વાતિને પણ નોકરી મળી ગઈ. ઘરમાં કમાવા વાળા વધી ગયા. અનુજ પણ ખુશ હતો. નીલુ જી પણ ઘરના કામોમાં સ્વાતિ પાસેથી વધારે મદદ નોહતા લેતા.

અનુજ સ્વાતિને ખૂબ પ્રેમ કરતો હતો. સ્વાતિને પણ અનુજનો સાથ ગમતો હતો પણ સ્વાતિને હવે એવું લાગતું હતું કે અનુજ સાથે વધારે ટાઇમ નથી વિતાવી શકતી. એને અનુજ સાથે એકલા રહેવાની ઈચ્છા થતી. એક બે વાર વાતો વાતોમાં અનુજને કહ્યું પણ ખરું કે .."શું આપણે બીજા શહેરમાં ટ્રાન્સફર ના થઈ શકીએ..?

ત્યારે અનુજે કહ્યું.." જ્યાં પણ રહેશું બધા સાથે જ રહેશું."

એક રાત્રે અનુજ એના પપ્પા સાથે વાત કરી રહ્યો હતો કે .પપ્પા,મારો પગાર વધી ગયો છે,હવે લોન લઈ શકીએ એમ છીએ.પછી પણું પોતાનું ઘર થઈ જશે.અને થોડા પૈસા પણ ભેગા કરશું જેથી શૈલી ના લગ્નમાં કામ આવે."

અનુજ જ્યારે એના રૂમમાં આવ્યો તો સ્વાતિએ કહ્યું.." શું જરૂર હતી પપ્પાને બધી વાત કરવાની ? શૈલીના લગ્ન કરવા એ પણ તમારી જવાબદારી છે ?આવી રીતે તો આવતા વીસ વર્ષ સુધી આપણે લોન જ ચૂકવતા રહેશું."

અનુજને સ્વાતિની આ વાત જરાય ગમી નહી.તે બોલ્યો.." સ્વાતિ, તું તારો પગાર બેશક તારા ખુદ માટે વાપરી નાખ મને કોઈ વાંધો નથી

પરંતુ પપ્પાને હું બધી વાત કરું એમાં શું વાંધો છે ?શૈલી ના લગ્ન માટે હું કઈક બચત કરું તો સારું જ છે ને..અને આ બધી તને પહેલેથી જ ખબર હતી ને.તો પછી આવી ફરિયાદો શુકામે ?

સ્વાતિ બડબડતી બહાર ચાલી ગઈ.

સ્વાતિનો સ્વભાવ બદલાવા લાગ્યો હતો. નીલુ જી સાથે પણ કામ પૂરતી જ વાત કરતી. શૈલી સાથે પણ આવતા જતાં કટાક્ષમાં વાત કરતી.

એક દિવસ વીરેન્દ્ર જીએ અનુજને બોલાવીને કહ્યું.. "જો, મને લાગે છે કે સ્વાતિને અમારી સાથે રહેવામાં પરેશાની થઇ રહી છે. એટલે તારે ટ્રાન્સફર થવું હોય તો થઈ જા. સાથે રહીને કડવાશ આવે એના કરતાં સારું છે કે અલગ રહીએ."

અનુજ બોલ્યો.. "કેવી વાત કરો છો પપ્પા. આપણે બધા સાથે જ રહેશું. સ્વાતિ તરફથી હું માફી માંગુ છું."

આમ કહીને અનુજ એના રૂમમાં આવ્યો. સ્વાતિ પણ અંદર આવી અને બોલી.. "પપ્પા ,કહે છે અલગ થઈ જાવ તો શું વાંધો છે. ચલો આપણે અલગ ઘર વસાવીએ જ્યાં તમે અને હું બેજ હોય."

અનુજ ગુસ્સાથી બોલ્યો.. "સ્વાતિ..!કેવી વાત કરે છે તું. એક વાત તને સમજાતી કેમ નથી.. હું તારો પતિ હોવાની સાથે એમનો દીકરો પણ છું. અને તું કહે છે અલગ થઈ જાવ. જો તારો ભાઈ આવું કરે તો તું તારા મમ્મી પપ્પાને એકલા જોઈ શકશે ??

માનું છુ કે અત્યારે આપણી પરિસ્થતિ એટલી સારી નથી પણ હું જલ્દી બધું સારું કરી દઈશ.સ્વાતિ આપણો પરિવાર એક છે. તને ક્યારેય મમ્મી પપ્પાએ રોકી ટોકી નથી.શૈલી પણ તારી સાથે એટલી જ વાત કરે છે જેટલી તું કરે. હું પણ તને ખુશ રાખવાની કોશિશ કરું છું. પણ પ્લીઝ એવી પરિસ્થતિ ઊભી ના કર કે આ ઉંમરમાં મારા મમ્મી પપ્પા ને એકલા રાખવા પડે."

સ્વાતિ કાઈ બોલ્યા વગર સુઈ ગઇ.

બીજા દિવસે ઓફિસ થી સીધી એના પિયર જતી રહી.

એની મમ્મીને સાસરિયાં વિરૂધ્ધ વાતો કરવા લાગી.. "અનુજ તો શ્રવણ કુમાર છે. ક્યારેય અલગ નહી થાય. મારે જિંદગીભર મારા સાસુ સસરા સાથે જ રહેવું પડશે. કોઈ બીજો રસ્તો જ નથી. મારી તો કોઈ

જીંદગી જ નથી. બસ એજ ઘર અને ઓફિસ..કાશ..! અલગ થઈ જાત તો સારું હતું."

આ બધી વાતો એની મમ્મી તો સાંભળી રહી હતી સાથે પપ્પા પણ સાંભળી રહ્યા હતા.

તેઓ અંદર આવ્યા અને બોલ્યા.. "સ્વાતિ આ કેવી વાત કરે છે બેટા..આટલું બધું સ્વાર્થી બનવું સારું નથી.અનુજે તને લગ્ન પહેલા બધી વાત કરી હતી. તારા સાસુ સસરા બિલકુલ અમારા જેવા જ તો છે. પરેશાની શું છે ?"

સ્વાતિની મમ્મી બોલી.. "સ્વાતિ ,ખાલી એક વાર વિચાર કે તારા ભાઈ ભાભી જો આવું કરે તો.."

" દીદી, તમે અલગ થઈને આખરે એવું શું કરવા માંગો છો જે અત્યારે કરી શકતા નથી." ભાઈએ કહ્યું

સ્વાતિને લાગ્યું કે બધા એના દુશ્મન થઈ ગયા છે.ત્યાંથી પગ પછાડતી ઘરે જવા નીકળી ગઈ.

ઘરે જઈને જોયું તો અનુજ ના બોસ અને એમના પત્ની ઘરે આવ્યા હતા.

સ્વાતિને ધીરેથી અનુજે કહ્યું... "સ્વાતિ બોસે અચાનક જ આવવાની વાત કરી તો હું ના પાડી શક્યો નહિ અને મેં તને કેટલા ફોન કર્યા હતા પણ તે ઉપાડ્યા નહી તો મને થયું મિટિંગમાં હશે. ચાલ આવી જા બધા સાથે બેસીએ."

સ્વાતિ તરત ફ્રેશ થઈને આવી અને બોલી..માફ કરજો..મને આવવામાં થોડું મોડું થઇ ગયું."

બોસ ની પત્ની બોલી.." અરે ! કાઈ વાંધો નહિ ,અમે હમણાં જ અચાનક આવી ગયા."

સ્વાતિએ બધાને ચા નાસ્તો સર્વ કર્યો. બોસ બોલ્યા.." ભાઈ અનુજ આમતો ઓફિસની વાત ઘર પર કરવી જોઈએ નહિ પણ એક વાત પૂછું ? શું તું દિલ્લીની ઓફિસમાં શિફ્ટ થવા માગે છે ? ઓફર સારી છે."

અનુજ કાઈ બોલે એ પહેલા સ્વાતિ બોલી.." સર, પપ્પા અને શૈલી ની જોબ અહી છે તો અને દિલ્લી કેવી રીતે જઈ શકીએ ? અમે સાથે જ રહેવા માગીએ છીએ."

સ્વાતિની વાત સાંભળીને ઘરમાં બધા લોકો હેરાન હતા કે આખરે સ્વાતિને શું થયું.

એટલે તો કોઈ કાઈ બોલ્યા નહી પણ બોસ ચાલ્યા ગયા પછી સ્વાતિએ કહ્યું.."જ્યારે હું ઓફિસથી સીધી મારા પિયર ગઈ ત્યાં બધા લોકોએ મને સલાહ આપી કે હું અલગ રહેવાની જીદ છોડી દઉં.પણ મેં કોઈનું સાંભળ્યુ નહી.પણ હું જ્યારે ત્યાંથી નીકળી ત્યારે મે જોયું કે પપ્પાજી કોઈ સાથે વાત કરતા હતા.તેઓ કહી રહ્યા હતા...તમારી ઘણી મહેરબાની જો તમે અનુજને બહાર મોકલશો .હું નથી ઈચ્છતો કે અમારે કારણે એનું ઘર તૂટે.વહુ દુ:ખી થઈ ને સાથે રહે એના કરતા તો સારું કે અલગ રહીને ખુશ રહે."

ત્યારે મને સમજાયું કે હું કેટલી સ્વાર્થી બની ગઈ હતી.તમે બધા મને કેટલો પ્રેમ કરો છો."

સ્વાતિ આગળ બોલી.." હું મારા સ્વાર્થમાં એ પણ ભૂલી ગઈ હતી કે અનુજ મારા પતિ છે, એ પહેલા તમારો દીકરો છે.એક દીકરી તરીકે

હું હમેંશા એવું ઇચ્છુ છુ કે મારી ભાભી મારા માતા પિતાનું સન્માન કરે,એમને સાચવે.

પરંતુ એક વહુ બનતા જ હું એક દીકરા ને એના પરિવારથી અલગ થવા માટે મજબૂર કરી રહી હતી. તમે લોકો મને શૈલી ની જેમ દીકરી માનો છો અને હું તમને લોકોને ક્યારેય માતા પિતા માની શકી નહિ પણ આજે મને અહેસાસ થયો કે હું ખોટી હતી.તમે બધા મને માફ કરી દો અને હવેથી આપણે બધા હમેંશા એકસાથે જ રહેશું."

8
સુરભિ

સુરભિ ની સામે ઘણી બધી સાડીઓ પડી હતી, પરંતુ સુરભિ એમાંથી કોઈ સાડી પસંદ નોહતી કરી શકતી.એવું નોહતું કે સાડીઓ સારી નોહતી પણ સાડીઓ ની કિંમત એટલી વધારે હતી કે સુરભિ વિચારમાં પડી ગઈ હતી.બાજુમાં બેઠેલી એની ઉમર ની છોકરી ના મમ્મી પપ્પા ખૂબ જ જતન થી એના માટે સાડીઓ પસંદ કરી રહ્યા હતા.

" સુરભિ, જલ્દી પસંદ કર બીજા પણ ઘણા કામ છે.મામા કેટલીવાર ઊભા રહેશે બેટા." મામી એ કહ્યું

" મામી,તમે જ કહો ને કઈ સાડી લવ ? આ બધી ઘણી મોંઘી છે." સુરભીએ ધીરેથી મામી ને કહ્યું

" સુરભિ, તું વધારે નહી વિચાર,તારા બંને મામા મળીને ખરીદી કરવાના છે.બધું થઈ જશે.હવે ફટાફટ લઇ લે.લાલ,લીલી,આસમાની બધી સારી જ છે.ચલ જલ્દી કર હવે." મામીએ થોડી સાડી અલગ કરીને કહ્યું.

સુરભિ ને એક એક પળે એની મમ્મી ની યાદ આવી રહી હતી.માં હોત તો લગ્નની દરેક વસ્તુ કેટલા જતન થી લેત.આમ તો મામા મામી બધું ખરીદી રહ્યા હતા પણ બધું માત્ર એક ઔપચારિકતા જેવું લાગતું હતું.

કદાચ એ લોકો ઘણા ખુશ હતા કે હવેથી સુરભિ ની જવાબદારી માંથી મુક્ત થઈ જશે.

પપ્પા ના અવસાન સમયે તો સુરભિ ની ઉંમર ઘણી નાની હતી એને તો પપ્પાની કોઈ સ્મૃતિ પણ નોહતી.મામાએ પૈસા ની મદદ કરી અને મમ્મીએ સુરભિ ને મોટી કરી ,પણ બે વર્ષ પહેલા સુરભીએ મમ્મી ને ખોઈ દીધી.ત્યારથી સુરભિ ક્યારેક મોટા મામા ને ત્યાં તો ક્યારેક નાના મામા ને ત્યાં રહેતી હતી .લગ્નની તૈયારીઓ થઈ ગઈ હતી.સુરભિ ની જાન આવી ગઈ હતી.સુજલ ને સુરભિ ની સાદગી ગમી ગઈ અને એક જ મુલાકાત માં એણે સુરભિ સાથે લગ્ન કરવા માટે હા કહી દીધી.

સુરભિ ને નવવધૂ ના રૂપ જોઈને મામા મામી ઘણા ખુશ હતા. મામીએ એને કાજુ ટીલું કરી દીધું અને બોલી.." સુરભિ, અમે તારી મમ્મીની ખોટ તો પૂરી નહી કરી શકીએ પણ આ ઘર તારું છે અને તારા માટે તારા પિયર ના દરવાજા હમેંશા ખુલા છે."

આ સાંભળી ને સુરભિ ની આંખોમાં આંસુ આવી ગયા અને મામી ને ગળે વળગી ને બોલી.." મામી, હવે ભગવાન પાસે એક જ પ્રાર્થના છે કે મારાથી મારા સ્નેહી ને જુદા ના કરે.પહેલા પપ્પા પછી મમ્મી..હું તો સાવ અનાથ..."

સુરભિ હજી એનું વાક્ય પૂરું કરે એ પહેલા સુરભિના સાસુ રૂમમાં આવી ગયા અને સુરભિ ના આંસુ લૂછી ને બોલ્યા.." સુરભિ, ખબરદાર જો તું આવું કંઈ બોલી છો તો..માન્યું કે બધાને લાગે છે કૈ સાસુ ક્યારેય માં નથી બની શકતી પણ હું તારી માં બનીશ.તારી ફીકર કરીશ,તારી પસંદ નું ધ્યાન રાખીશ અને કંઈ ભૂલ કરીશ તો ખીજાઈશ પણ ખરી...બોલ મંજૂર છે ??"

સુરભિ તરત એની સાસુ ને પગે લાગવા નીચે નમી તો સાસુ બોલી.." બસ બસ ..આજ થી દીકરી બની જા, મારા ગળે લાગી જા." આમ કહીને એમણે સુરભિ ને ગળે લગાવી લીધી.

મામા મામી પણ ખુશ હતા કે સુરભિ ને ઘણું ભલુ સાસરું મળ્યું.મંડપ માં બધા આવી ગયા હતા.પંડિત જી એ વર વધુને બોલાવ્યા અને સુરભિ સુજલ અગ્નિ ની સાક્ષી એ સાત ફેરા ફર્યા .સુજલે સુરભિ ના સેંથામાં સિંદૂર ભર્યું અને મંગલસૂત્ર પહેરાવ્યું અને એનો હાથ પકડી ને વચન આપ્યું..." સુરભિ, હું તને વચન આપું છું કે હું તારું પૂરેપૂરું સન્માન કરીશ,તને સુખી અને ખુશ રાખવાની પૂરી કોશિશ

કરીશ."સુરભિ એ ત્યાં રાખેલા મમ્મી પપ્પા ના ફોટા ને નમન કર્યા અને આશીર્વાદ લીધા.સુરભિ ની વિદાય થઈ ગઈ અને એ એના સાસરે પહોચી ગઈ.સાસુ એ એક માં બનીને એનો સાથ આપ્યો અને સુજલ એ પણ એનું વચન નિભાવ્યું.

આજે પચીસ વર્ષ પછી સુરભિના સાસુ અંતિમ શ્વાસ લઈ રહ્યા હતા ત્યારે એમણે સુરભિ ને કહ્યું.." સુરભિ, તે દીકરી કરતા પણ વિશેષ મારી સેવા કરી.બસ એક જ પ્રાર્થના છે આવતા ભવે હું તને જન્મ આપુ...!

આટલું બોલતા બોલતા એના શ્વાસ તૂટવા લાગ્યા.સુરભિ એ ગંગાજળ પીવડાવ્યું અને એમણે સુરભિ ના માથે હાથ મૂક્યો અને અંતિમ શ્વાસ લીધો.

સુરભિ જોરથી બોલી પડી ."માં..."

૯
નિર્ણય

સરકારી કચેરીમાં ઉચ્ચ પદ પર નિયુક્ત તિવારી જિ નો એક સુખી પરિવાર હતો. એક દીકરો આશિષ અને એક દીકરી તનવી.દીકરી એન્જિનિયરિંગ નું ભણી ને જોબ પર લાગી ગઈ હતી અને દીકરો પણ C.A નો અભ્યાસ કરતો હતો.તિવારી જિ ના પત્ની ઉષા જિ એક સુલઝી સમજદાર મહિલા હતા. તેઓ એક પ્રાઇવેટ કંપની મા કામ કરતા હતા. એમણે છોકરાઓ ને લગભગ બધી આઝાદી આપી હતી કે તેઓ પોતાના જીવન ના નિર્ણય સ્વયં લઇ શકે.તનવી માટે લગ્ન ના માંગા આવવા લાગ્યાં અને સારું ઘર મળતા જ એના હાથ પીળા કરી દીધા .તનવી સાસરિયા માં ઘણી ખુશ હતી.થોડા સમય પછી આશિષ ને બીજા શહેર (પુણે) માં જોબ મળી ગઈ. જોબ ખૂબ સરસ હતી. તિવારી જિ ને રિટાયરમેન્ટ નો સમય થઈ ગયો હતો.તિવારી જિ જ્યારે રિટાયર્ડ થયા ત્યારે એક મોટી ધનરાશિ એમના બેંક માં જમા થઈ ગઈ.

એમણે દીકરા આશિષ ને કહ્યું.."બેટા,હવે તું પુણે માં જોબ કરે છે તો બહેતર છે કે તું એજ શહેર માં મકાન ખરીદી લે. હું તને રૂપિયા આપુ છું અને થોડીક તું લોન લઈ લે."

આશિષ એ કહ્યું.. "પપ્પા, તમે ચિંતા ના કરો, હું થોડા વર્ષ પછી ઘર લઇ લઈશ."

પણ મમ્મી પપ્પા નો સુઝાવ હતો કે દિકરો ભલે નાનું પણ પોતાનું ઘર ખરીદી લે.

એક વર્ષ ની અંદર એણે પુણે માં એક ઘર લઇ લીધું. મમ્મી પપ્પા, તનવી અને એનો પતિ બધા પુણે આવ્યા. ખૂબ સુંદર સોસાયટી મા પ્યારું એવું ઘર હતું.

તનવીએ ભાઈ ને કહ્યું... "ભાઈ, હવે તો ઘર છે,જોબ પણ સારી છે તો લગ્ન વિશે શું વિચાર છે ?"

આશિષ કઈંક શરમાઈ ગયો.

મમ્મીએ આશિષ ની આંખો માં જાણે જોઇ લીધું તે બોલી..."બેટા,કોઈ પસંદ હોય તો અચકાતો નહી, અમને કહેજે.અમને કોઈ વાંધો નથી."

આશિષ એ મમ્મી ને કહ્યું કે ઓફિસ માં એની સાથે કામ કરતી રાધિકા એને પસંદ છે.

મમ્મી પપ્પા એ બીજ દિવસે રાધિકા ના ઘરે ફોન કરી રાધિકા ના પપ્પા સાથે વાત કરી અને બંને પરિવાર બે દિવસ પછી મળ્યા.

રાધિકા આશિષ ની જોડી ઘણી સુંદર હતી. બંને પરિવાર ની સહમતિ થી સબંધ નક્કી થઈ ગયો અને ચાર મહિના પછી લગ્ન નું મુહર્ત પણ જોવડાવી લીધું.

આશિષ ના મમ્મી પપ્પા નું ઘર નાસિક માં હતું. બંને ઘણા સક્રિય હતા, સ્વાસ્થ્ય બાબતે પણ સજાગ હતા.

આશિષે પોતાની મમ્મી ને કહ્યું.. "મમ્મી,તમે અને પપ્પા હવે નાસિક છોડી દો. અહી આવી ને રહો. બધા સાથે રહેશું ખૂબ સારું રહેશે."

દીકરાની વાત સાંભળી મમ્મી ના ચહેરા પર સ્મિત આવી ગયું. તે બોલી..." હા, બેટા જરૂર , પણ પહેલા તું અને રાધિકા તમારા નવા જીવન ની શરૂઆત તો કરો."

ખૂબ ધૂમધામ થી એના લગ્ન થયા, બંને નું વૈવાહિક જીવન આરંભ થયું.

રાધિકાએ આશિષ ને પૂછ્યું.. "શું મમ્મી-પપ્પા હમેંશા નાસિક માં રહેશે ??અહી પુણે નહી આવે ??"

આશિષએ જવાબ આપ્યો... "રાધિકા,કદાચ એમને ત્યાં વધારે ગમે છે. એમના દોસ્તો અને સબંધીઓ પણ ત્યાં છે.આમ તો મે એમને ઘણી વાર કહ્યું કે અહી આપણી સાથે રહે પણ..એમણે વાત ટાળી દીધી.રજાઓ માં , તહેવાર સમયે તેઓ એકબીજા ને મળતા. રાધિકા

ને સાસુ સસરા નો સ્વભાવ ખૂબ ગમતો કેમ કે તેઓ વડીલ તરીકે સારી સલાહ અવશ્ય દેતા પરંતુ ક્યારેય દખલગિરી કરતા નહી.ત્રણ વર્ષ પછી રાધિકા એ ઘરમાં નાનકડા મહેમાન આવવાની ખુશખબરી આપી.હવે તો મમ્મી પપ્પા ની ખુશી નો પાર ના હતો.

રાધિકા ના પપ્પા એ આશિષ ના પપ્પા ને ફોન કર્યો અને કહ્યું.." જી, અભિનંદન ! દાદાજી બનવાના છો તમે.હવે તો તમારે પુણે આવવું પડશે.રાધિકા ને પણ તમારી સાથે ગમે છે પછી તમે કેમ નથી આવતા."

આ વખતે આશિષ,રાધિકા અને તનવી બધા પાછળ જ પડી ગયા કે એમણે હવે નાસિક છોડી પુણે આવવું જોઈએ.

તિવારી જી અને એમના પત્નીએ પણ હવે પુણે જવા માટે નક્કી કરી લીધું હતું.નાસિક નું ઘર એમણે વેચી દીધું અને પુણે શિફ્ટ થવાની તૈયારી કરવા લાગ્યા.રાધિકા અને આશિષ ઘણા ખુશ હતા.લગભગ પાંચ મહિના પછી નાસિક થી એમનો સામાન ટ્રાન્સપોર્ટ માં પુણે આવી ગયો.

તિવારી જી અને એમના પત્ની પણ પુણે જવા ટેક્સી માં નીકળી ગયા, સાથે તનવી પણ હતી.

આશિષ અને રાધિકા એમની રાહ જોતા હતા. ટેક્સી જોતા જ તેઓ ખુશી થી ઝૂમી ઉઠ્યા.

પાછળ થી ટ્રક આવ્યો તો આશિષ આશ્ચર્ય થી બોલ્યો.. અરે! આ કોનો સામાન છે ??"

મમ્મી એ કહ્યું.." બેટા, આપણો જ છે."

" અરે! પણ બધો સામાન તો છે અહીંયા, પછી..."આશિષ આશ્ચર્ય થી બોલ્યો.

" સર સામાન ક્યાં ઉતારવાનો છે ?" ટ્રક વાળા એ પૂછ્યું.

" બસ,આગળ ની બિલ્ડિંગ માં ઉતારો, B - ૩૦૪ નંબર નું ઘર છે." પપ્પાએ જવાબ આપ્યો.

" પપ્પા, B નહી A માં છે ઘર."આશિષે કહ્યું.

આશિષ, મમ્મી પપ્પાએ બી બિલ્ડિંગમાં ઘર ખરીધું છે. તનવીએ રાજ ખોલ્યુ.

"એનો મતલબ તમે અમારી સાથે નઈ રહો??" રાધિકાએ ઉદાસ થઈ પૂછ્યું.

" બેટા, અમે અહીંયા જ છીએ, તમારી સાથે જ,બસ એક બિલ્ડિંગ દૂર " મમ્મીએ વહુ ને ગળે લગાવતા કહ્યું.

"પપ્પા, તમે આવું કેમ કર્યું ?? શું આપણે લોકો સાથે ના રહી શકીએ??"આશિષે કહ્યું.

" હવે ,બાકી વાતો ઘરે કરીશું, પહેલા સામાન મુકાવી દઈએ." પપ્પાએ બધાને કહ્યુ.

સાંજે બધા સાથે બેઠા.

"આશિષ, મમ્મી પપ્પાએ આ નિર્ણય ખૂબ સમજી વિચારી ને લીધો છે, મને પણ તેમનો નિર્ણય યોગ્ય લાગ્યો. ગઈ વખતે જ્યારે પપ્પા કઈંક કામ છે કહી ને પુણે આવ્યા હતા ત્યારે આ જ કામ હતું. એમણે તને અને રાધિકાને નહોતું કહ્યું કારણ કે તેઓ ને ખબર હતી કે તમે લોકો માનશો નહીં." તનવી એ ભાઈ ને સમજાવ્યો.

" બેટા,આટલા વર્ષથી અમે અમારી રીતે જીંદગી જીવ્યા છીએ, તમે લોકો પણ તમારી રીતે જીવો છો. બની શકે જો આપણે સાથે રહીએ તો આપણી વચ્ચે કોઈ પરેશાની કે મતભેદ થાય અને નાની નાની વાતો માં લડાઈ ઝગડો થાય. આ બધું ના થાય એટલે અમે એક અલગ ઘર ખરીદી લીધું જેથી અમે તમારી સાથે પણ રહીએ, તમારી નજીક રહીએ અને બધા ખુશ રહીએ. રાધિકાની ડિલિવરી સારી રીતે થઈ જશે અને અમારો પૌત્ર કે પૌત્રી અમારી સામે મોટા થશે. પરંતુ રોજિંદી આપણી આદતો એકસરખી ના હોય શકે, એટલે સારું છે કે આપણે અલગ અલગ રહીએ. અમે ઇચ્છીએ છીએ કે તમે આગળ નું જીવન તમારી રીતે જીવો, તમારી જીંદગી નો દરેક નિર્ણય તમે તમારી મરજી થી લો. અમે તમારી સાથે છીએ, જ્યારે પણ તમને લાગે કે તમારે મમ્મી પપ્પા ની જરૂરત છે તમે બેશક અમને વાત કરી શકો છો." મમ્મીએ દીકરા આશિષ ને ખૂબ પ્રેમ થી સમજાવ્યો.

રાધિકા ની આંખો માં આંસુ હતા. રાધિકા ની ઈચ્છા હતી એના સાસુ સસરા એમની સાથે રહે પણ સાસુ સસરા ની સમજદારી ભરી વાત સાંભળી એને પણ એમનો આ નિર્ણય યોગ્ય લાગ્યો.

ત્યાં તનવી બોલી પડી.. "આજે આપણે બધા સાથે છીએ,આટલો મોટો દિવસ છે હું ફઈ બનવાની છું, હવે બધા લોકો ઈમોશનલ થવાનું બંધ કરો અને ચલો સેલિબ્રેટ કરો." એણે ભાઈ ના માથે ટપલી મારતાં કહ્યું.. "અરે! બહેન ઘરે આવી છે, આજે તો કઈંક સારું જમવાનું ઓર્ડર કર ભાઈ."

આશિષ એ બહેન ને ગળે લગાવી અને મમ્મી પપ્પા ની આંખો માં જોઈ જાણે કહેતો હોય..કદાચ એમણે જે નિર્ણય લીધો એ સાચો જ લીધો.

રાધિકા સાસુ ને ગળે વળગી ગઈ.

10
ગેસ્ટ રૂમ

"શાલિની,આજે હું ખૂબ ખુશ છું, આખરે આજે આપણે, આપણા સપના નું ઘર ખરીદી જ લીધું. આ બધું તારે કારણે થયું. જો તે સાથ ના આપ્યો હોત તો ઘર ખરીદવું મુશ્કેલ હતું." રાઘવે પત્ની શાલિની ને ગળે લગાવતા કહ્યું.

"અરે ! જીવનની ગાડી પતિ પત્ની સાથે ચલાવે તો જ આગળ વધે છે, અને વળી આ ઘર લેવાનું મારું પણ સપનું હતું." શાલિની બોલી.

"હવે મમ્મી પપ્પા ને સાથે જ રહેવા બોલાવશું, પહેલા તો વધારે રૂમ ના હોવાથી થોડી પરેશાની થતી હતી,પણ હવે તેમની પણ રૂમ હશે,જુહી ની પણ અલગ રૂમ અને કોઈ મહેમાન આવે તો પણ કોઈ પરેશાની નહી થાય. એમના માટે ગેસ્ટ રૂમ તો છે જ." રાઘવ ખુશ થઈ ને બોલતો હતો.

" શાલિની, હું એમનો એક્લવાયો દીકરો છું. એમના પ્રતિ મારી ફરજ બને છે. હવે આપણે એમની સેવા કરી શકશું. મમ્મી પપ્પા ને હમણાં ખુશ ખબર આપી દવ છું અને કહી દવ છું કે હવે એમને બસ સામાન બાંધી ને અહી હમેંશા માટે આવવાનું છે. આ નવા ઘર માં બધી જ સુવિધા છ એમને કોઈ અગવડ નહી પડે. એમણે મને એટલો લાયક બનાવ્યો કે હું આ ઘર ખરીદી શક્યો તો ઘર પર સૌથી વધારે હક તો એમનો જ છે. તું પણ તારા ઘરે ફોન કરી દે. એમને કહી દે કે વાસ્તુ પૂજા માં સમયસર આવે. થોડા દિવસ બધા સાથે રહેશું. ગેસ્ટ રૂમ માં તેઓ

પણ આરામ થી રહેશે." રાઘવ ને ખુશી નો પાર ના હતો.

શાલિની એ એના દિલ ની વાત કહી.. "રાઘવ,એ રૂમ ગેસ્ટ રૂમ નથી અને ના મારા મમ્મી-પપ્પા મહેમાન છે. જેમ તમે એક ના એક દીકરા છો એમ જ હું એક ની એક દીકરી. મારા મમ્મી પપ્પા એ મને પણ એ કાબિલ બનાવી કે હું આ ઘર ખરીદી શકી. આ ઘર આપણા બંને ની કમાણી માંથી લીધું છે. જેમ તમારા મમ્મી પપ્પા હક થી અહી રહેશે, એમ શું મારા મમ્મી પપ્પા ના રહી શકે ??"

" દીકરી ના ઘરે રહેશે ???" રાઘવે આશ્ચર્ય થી પૂછ્યું.

" કેમ ???? કેવી અજીબ વાત છે ને રાઘવ,તમે એ વાત માનો છો ને કે આ ઘર આપણા બંને નું છે. તમારા મમ્મી પપ્પા માટે તમે ઘણું બધું કરવા માંગો છો, તો પછી શું એકવાર પણ તમને એવું ના લાગ્યું કે હું પણ આવું જ વિચારતી હોઈશ.

હમણાં તમે કહ્યું ને કે મમ્મીજી પપ્પાજી અહી આવશે તો આપણે એમની સેવા કરશું... હં..તો પછી મારા મમ્મી પપ્પા ની વાત પર તમે ચોંકી કેમ ગયા???.

એક વહુ ક્યારેક એની ફરજ માં પાછી પડે તો એ ખરાબ બની જાય છે પણ એક દીકરી ને તો ફરજ નિભાવવા નો મોકો જ નથી અપાતો. તમે ખૂબ સહેલાઇ થી મારા મમ્મી પપ્પા ને મહેમાન કીધાં. આમ તો ભૂલ તમારી નથી. સદીઓ થી આ જ ચાલતું આવ્યું છે. પણ હવે જ્યારે સમય બદલાયો છે, દીકરી એ પોતાના ફરજ જરૂર નિભાવવા જોઈએ. એના માટે જરૂરી છે છોકરાઓ એ બદલવું. કાશ ! એકવાર તમારા મનમાં એ વાત આવી હોત કે મને પણ મારા મમ્મી પપ્પા માટે કંઇક કરવાની ઈચ્છા થતી હોય છે."

"શાલિની, મેં તને ક્યારેય નથી રોકી. તું તારી મરજી પ્રમાણે કર." થોડા ગુસ્સા થી રાઘવ બોલ્યો.

"ગુસ્સો કરવા જેવી કોઈ વાત નથી. એક વાત કહું..તમે હમણાં કહ્યું ને કે...તમે મને રોકી નથી, આ જ વિચાર બદલવાના છે. આજ સુધી તમે તમારા મમ્મી પપ્પા માટે જે કંઈ કર્યું એ વિશે તમે મને પૂછ્યું હતું?? નહી ને..કેમ કે તમે તમારી ફરજ નિભાવી. તો પછી મારે તમારી અનુમતિ શા માટે લેવી પડે ??? તેઓ અહી આવે એટલે હું વહુ તરીકે ની બધી ફરજ નિભાવું એવી આશા બધા રાખો છો તો પછી દીકરી

તરીકે ની કોઈ ફરજ નિભાવવા માંગુ તો સવાલ કેમ ઉઠે છે ???"

"અરે! તું બોલાવી લે એમને, પણ તે ખુદ નહી રહે. માં બાપ દીકરી ના ઘરે ક્યારેય નથી રહેતા. પૂછી લે." રાઘવ હજુ પણ એ જ રાગ આલાપતો હતો.

" હું જાણું છું, તેઓ ક્યારેય નહી માને કેમકે સમાજ શું કહેશે...

" અરે ! દીકરી ના ઘરે રહે છે??

" અરે ! જમાઈ જી બધું કરે છે..

" ઉલ્ટી ગંગા વહાવે છે.."

" એટલે જ તો દીકરો હોય એ જરૂરી છે, જેથી દીકરીના ઘરે રહેવું ના પડે.."

અને બીજું પણ ના જાણે શું શું..

અને સૌથી મોટી વાત કે દીકરી ના માતા પિતા ક્યારેય પરિવાર ના સદસ્ય નથી હોતા એતો બસ મહેમાન બનીને આવે છે, અને દીકરી જમાઈ ને સુખી જોઈ ને આશીર્વાદ આપી ચાલ્યા જાય છે. એમની સમસ્યા કીધા વગર.

આ રિવાજ એટલે ક્યારેય ના બદલાયો કેમકે દીકરી હંમેશા ચૂપ રહી. એ ક્યારેય બોલી જ નહીં. ક્યારેય એને લાગ્યું જ નહી કે આવું થઈ શકે. પણ હવે જ્યારે આપણે બધા આધુનિક વિચારસરણી ધરાવીએ છીએ તો શું આ રિવાજ બદલવો ના જોઈએ...???

" શાલિની એ દિલ માં હતું એ બધુ કહી દીધું.

રાઘવ શાલિની ને કઈંક અંશે સમજી ગયો હતો પણ વર્ષો થી ચાલી આવતી પરંપરા ને બદલવી સરળ ના હતી.ઘર માં વાસ્તુ પૂજા માટે બધા આવી ગયા.પૂજા પૂરી થયા પછી રાઘવ ની મમ્મી બોલ્યા.."વેવાણ જી, કેવું લાગ્યું દીકરી નું ઘર ??"

"અરે ! આ પણ શું પૂછવાની વાત છે. જમાઈ જી એ ઘણું સુંદર ઘર બનાવ્યું છે."

કામવાળી ગૌરી કપડાં ની ઘડી કરતી હતી. શાલિની ના મમ્મી ની સાડી હાથ માં લઇ ને બોલી.. "આ સાડી ક્યાં રાખું??"

રાઘવ ની મમ્મી બોલી.. "અરે, ગેસ્ટ રૂમ માં રાખી દે. વેવાણ જી ની છે અને બીજા કપડાં મારા રૂમ માં રાખી દે."

ત્યાં જ રાઘવ બોલ્યો.. "ગૌરી, મમ્મી જી અને પપ્પા જી ના કપડાં એમના રૂમ માં રાખી દેજે. તે એમનો રૂમ છે, ગેસ્ટ રૂમ નહી."

શાલિની એ રાઘવ ને જોઈ સ્મિત કર્યું.

11

માસ્ટર

મે મહિના નો આગ વરસ્તો તડકો હતો. ૧૫ વર્ષ નો માસ્ટર, હા.. માસ્ટર એજ નામ આપ્યું હતું લોકો એ, કેમ કે એના માતા પિતા તો હતા નહી, અનાથ ને દુનિયાએ જે નામ આપ્યું એને સ્વીકારી લીધું.

માસ્ટર પણ ફૂટપાથ પર પોતાના જ જેવા બીજા છોકરાઓ સાથે રહેતો. ક્યારેક સડક પર પ્લાસ્ટિક ની બોટલો વીણીને વેચતો, તો તહેવાર સમયે ક્યારેક દિવાળી ના દીવા, ક્યારેક રંગોળી ના રંગો, તો ક્યારેક સેંટાની ટોપીઓ સિગનલ પર વેચતો. તેના માટે બધા જ તહેવાર ખાસ હતા. અને બધા જ તહેવાર મનાવતો.

માસ્ટર ના થીંગડા વાળા કપડાં, વિખાયેલા વાળ, શરીર પર મેલ અને આંખો માં હતા કૈક સવાલો.." મારો શું વાંક હતો ??? હું કોણ છું ??? શું આમ જ મારે સડક પર જીંદગી વિતાવવી પડશે???

ક્યારેક પોલીસ તો ક્યારેક ગુંડા એ બાળકો ને ડરાવતા,ધમકાવતા અને મારતા. માસ્ટર ને એનું ખરાબ ના લાગતું. તે હસતા હસતા એમનો માર સહન કરી લેતો. એના દિલ ને ઠેસ તો ત્યારે લાગતી જ્યારે એની ઉમર ના કોઈ બાળક પોતાના માતા પિતા સાથે માસ્ટર પાસે થી પસાર થતા, તેને લાગતું, કાશ ! એનો પણ પરિવાર હોત !

માસ્ટર આજે પણ પોતાના હાથ માં થોડા પ્લાસ્ટિક ના રમકડા લઇ, સિગ્નલ પર દરેક આવતી જતી કાર પાછળ દોડી વેચવાની કોશિશ કરતો. કોઈ એને દયા ની નજર થી જોતું તો કોઈ એને ભગાવી દેતું, તો

કોઈ તો સામાન લીધા વગર જ થોડા પૈસા આપી દેતા. માસ્ટર આજે બળબળતા તડકા માં ઝૂમતો હતો.

થોડો આરામ કરવાનું વિચારી માસ્ટર ફૂટપાથ પર ના આઈસ ક્રીમ પાર્લર ની બહાર જઈ ને બેસી ગયો. દુકાન વાળાને પણ એના પર દયા આવી એટલે બેસવા દીધો. દરવાજા માંથી ક્યારેક આવતી ઠંડી હવા એને આરામ આપતી હતી.

એટલા માં એક પરિવાર પોતાની કાર માંથી ઉતરી ને આઈસ ક્રીમ પાર્લર ની નજીક પહોંચ્યો. બહાર બેઠેલા માસ્ટર ને જોઈ પિતા એ મોઢું મચકોડ્યું અને ઇશારાથી દુર હટવા કહ્યું.

બિચારો માસ્ટર ઉઠી ને થોડો દૂર ઊભો. આઈસ ક્રીમ પાર્લર નો દરવાજો ખોલી એ પરિવાર અંદર ગયો અને દીકરા ની પસંદ નો આઈસ ક્રીમ લીધો અને ત્યાં બેસી ને જ આઈસ ક્રીમ ની મજા માણવા લાગ્યા. એટલા મા કંઇક અવાજ થી માસ્ટર નું ધ્યાન ખેંચાયું, એણે જોયું કે ક્રેન વાળા પેલા પરિવાર ની કાર ને ટોઇંગ કરતા હતા. માસ્ટર એ તરત જ દરવાજો ખોલી પેલા કાર માલિક ને જાણ કરી, તે દોડતો દોડતો બહાર આવ્યો અને પાછળ પાછળ એની પત્ની અને દીકરો પણ આવી ગયા. લગભગ ૧૦ મિનિટ સુધી ની વિનંતી પછી તેઓએ કાર ટોઇંગ ના કરી,બસ સ્થળ પર જ દંડ લગાવ્યો.તે માણસ કાર મા બેસી પોતાના પરિવાર સાથે ચાલ્યો ગયો. એના ગયા પછી માસ્ટર પાછો કામે લાગવાનો જ હતો, કે એણે જોયું આ દોડધામ માં પેલા માણસ નું પર્સ નીચે પડી ગયેલું.તડકો ખૂબ જ હતો અને ત્યાં કોઈ હતું નહિ. માસ્ટરે પર્સ ને ઉઠાવ્યું. જોયું તો પર્સ મા ઘણા રૂપિયા હતા. ૫૦૦-૫૦૦ ની ઘણી બધી નોટો હતી, કાર્ડ પણ હતા.

માસ્ટર પર્સ લઇ ને એ દુકાન ની બહાર જઈ બેસી ગયો. કાર તો દૂર નીકળી ગઈ હતી. એના મન માં બસ એક જ વિચાર હતો કે આ પર્સ પેલા માણસ ને કઈ રીતે પાછું અપાવું??એ જાણવા છતાં કે પર્સ માં પડેલા પૈસા એને ઘણા કામ લાગશે પણ એ નાનકડા છોકરા ના મન માં એવો ખોટો વિચાર જ ના આવ્યો.

અને તરત આઈસ ક્રીમ પાર્લર ની અંદર ગયો અને બોલ્યો..." આ પર્સ એમનું છે જેઓ હમણાં અહી આવ્યા હતા રસ્તા માં પડ્યું હતું. શું તમે એને ઓળખો છો ??? તો એમને ફોન કરી ને જાણ કરો તો એમને

એમનું પર્સ પાછું મળી જાય."

આઈસ ક્રીમ પાર્લર વાળા એ જેવું પર્સ ખોલ્યુ, એના મન માં કંઇક અલગ જ વિચાર આવ્યો કે આટલા બધા રૂપિયા અને ક્રેડિટ કાર્ડ ખૂબ કામ આવશે અને કોને ખબર પડશે કે આ પર્સ કોનું હતું. પણ એની સામે ઊભેલો માસ્ટર એને યાદ અપાવતો હતો કે કોઈ બીજા ની વસ્તુ રાખી લેવી યોગ્ય ના કહેવાય.

આઈસ ક્રીમ પાર્લર વાળા એ તરત જ માસ્ટર ને કહ્યું .."માસ્ટર,પર્સ કેમ પાછું આપવા આવ્યો???? તારે રાખી લેવાય ને.... તને કેટલા કામ આવશે આ પૈસા."

માસ્ટરે પોતાના હાથ ને હલાવતા કહ્યું... "શું કહો છો તમે...કેટલા દિવસ ચાલશે આ પૈસા...અને જે મારું નથી એને હું કેમ લઇ શકું...મારી મહેનત થી કમાઈ લઈશ. કોઈ બીજા ના પૈસા થી મારું ભલું ના થાય..!

જોઈ લો.. જો તમને એનો નંબર મળી જાય તો એને પાછા આપી દેજો. હું જાવ છું."

એમ કહી માસ્ટર દુકાને થી ચાલ્યો ગયો.

આઈસ ક્રીમ પાર્લર વાળા એ તે માણસ ના પર્સ મા બરાબર જોયું તો એમાં વિઝિટિંગ કાર્ડ પણ હતું.

એના પર ફોન કરી કહ્યું કે ...તમારું પર્સ પાર્લર માં છે, આવી ને લઇ જાવ.

સાંજ પડતાં પેહલા જ એ માણસ પાછો ત્યાં આવ્યો અને અંદર આવી ને બોલ્યો... "અરે ! ભાઈ સારું થયું પર્સ તમે સાચવ્યું અને મને ફોન કરી ને કહ્યું. પૈસા તો ઠીક છે, પણ એમાં મારા ક્રેડિટ કાર્ડ અને પાન કાર્ડ છે, જો કોઈ ખોટા હાથ માં આવી ગયા હોત તો મારું ઘણું નુકશાન થઈ જાત. ભાઈ તમારો ખૂબ ખૂબ આભાર. આજકાલ આવા ઈમાનદાર માણસો ક્યાં મળે છે."

આઈસ ક્રીમ પાર્લર વાળા એ કહ્યું..આ લો સર તમારું પર્સ,પરતું આભાર મારો નહી પણ બીજા કોઈક નો માનજો. બપોર માં જે છોકરો અહી બેઠો હતો એણે જ પર્સ જોયું અને તરત આવી ને મને આપ્યું. એકવાર તો મારી ખુદ ની નિયત બગડી, પણ સાહબ... એણે કહ્યું કે જે પૈસા આપણા નથી એને કેમ રાખી શકીએ... અને ત્યારે મે તમને ફોન કર્યો."

આ વાત સાંભળી પર્સ માલિકે પર્સ હાથ માં લઇ પૂછ્યું... તે છોકરો ક્યાં છે ???

પાર્લર વાળો બોલ્યો..."આટલા માં જ બહાર ક્યાંક હશે, આજકાલ તો દુકાન ની આજુબાજુ માં જ બેઠો હોય છે."

બહાર જઈને એણે જોયું તો બાજુ ની દુકાન પર વડાપાવ ખાઇ રહ્યો હતો. પાર્લર વાળા એ બૂમ પાડી ને બોલાવ્યો..." માસ્ટર,અહી આવ જલ્દી.પેલા પર્સ વાળા સાહેબ આવ્યા છે,તને બોલાવે છે."

માસ્ટરે જલ્દી જલ્દી વડા-પાવ ખત્મ કર્યું અને હાથ ને શર્ટ થી લૂછ્યા.

બપોરે જેણે એને જોઈ ને મોઢું મચકોડયું હતું અત્યારે તે માસ્ટર ની ઈમાનદારી થી ખૂબ પ્રભાવિત હતા અને માસ્ટર પ્રત્યે એની ભાવના જ બદલાઈ ગઈ.માસ્ટર ના ખંભે હાથ મૂકી કહ્યું..."ખૂબ જ ઉમદા વિચાર બેટા, તે પર્સ પાછું આપી ને ધણું સરસ કામ કર્યું...આ લે ૫૦૦ રૂપિયા રાખ."

માસ્ટરે ૫૦૦ રૂપિયા જોતા જ હસતાં મુખે કહ્યું..."આ પર્સ મે પાછું ના આપ્યું હોત, તો આ બધા પૈસા મારા જ હોત. આ ૫૦૦ રૂપિયા ની મારે કોઈ જરૂર નથી."

આજે તે ૧૫ વર્ષ ના છોકરા ની વાતે એને ક્યાંય ઉચ્ચ સ્થાને પહોંચાડી દીધો અને પેલો માણસ એની પાસે ખુબજ નાનો લાગતો હતો.

માસ્ટર તરત એ દુકાને થી ચાલ્યો ગયો, પણ એક વાત પેલા માણસ ના મગજ માં ઉતારતો ગયો કે... પોતે પૈસાદાર હોવા છતાં એ નાના બાળક પાસે ગરીબ હતો અને આજે માસ્ટરે સાબિત કરી દીધું કે માણસ ની નિયત સૌથી મોટી વસ્તુ છે.

આખી રાત માસ્ટર સુકુન ની નીંદર સૂતો હતો, જ્યારે પેલો માણસ બેચેન હતો. કંઇક કરવા માંગતો હતો આ છોકરા માટે.

પત્ની સાથે વાત કરી તો પત્નીએ પણ એને કહ્યું કે ..."તે છોકરા માટે આપણે જરૂર કઈંક કરવું જોઈએ. માતા પિતા વગર નો એ અનાથ પોતાના જીવન માં ધણું બધું કરી શકે જો મદદ નો એક હાથ મળી જાય તો."

તેમણે બીજે દિવસે જઈને છોકરા ને કહ્યું...

"બેટા, અમે ઇચ્છીએ છીએ કે તું ભણે અને ખૂબ મોટો માણસ બને. એટલે અમે તારા અભ્યાસ નો બધો ખર્ચો આપીશું . અમે સ્કૂલ માં તારુ એડમિશન કરાવશું.માસ્ટર ખૂબ ખુશ હતો. એ પણ ભણવા માંગતો હતો. એણે કહ્યું .."તમે એમ કરશો તો ઘણું સારું કહેવાય અને હું મોટો થઈ ને કમાઈશ ત્યારે તમારા બધા જ પૈસા ચૂકવી દઈશ."

એક મહીના ની અંદર એનું સ્કૂલ માં એડમીશન માટે ફોર્મ ભરાય ગયું જેના પર એનું નામ લખાયું

"સત્યપ્રકાશ".

12
ગૃહસ્થી

દુબઈના આલીશાન ઘર ના સુંદર બગીચામાં જ્યારે સાગરિકા ફૂલછોડ ને પાણી પીવડાવી રહી હતી ત્યારે એક બાજુ ઘર માંથી બાળકોનો રમવાનો અવાજ આવતો હતો અને બીજી તરફ પતિદેવ સુરીલા ગીત સાંભળી રહ્યા હતા , ત્યારે એના ફોનમાં અચાનક રીંગ વાગી અને એણે ફોન ઉપાડ્યો , અને બસ..... એક સન્નાટો છવાઇ ગયો .

સાગરિકા બેહોશ થઈને પડી ગઈ. બાળકોએ દોડીને પપ્પાને બોલાવ્યા અને પછી તરત સાગરિકા ને હોસ્પિટલમાં લઈ ગયા.

લગભગ બે કલાક પછી એ હોંશમાં આવી અને ચીસ પાડી.. માં.........

" સાગરિકા શાંત થઇ જા . જો તારી તબિયત ખરાબ થઈ જશે . આપણે જલ્દીથી ઇન્ડિયા જઈશું ." પતિ નીરવ એ સાગરિકા ને સમજાવી.

" નીરવ..નીરવ મારી માં.. , નીરવ માં ચાલી ગઈ.... કેમ ?

નીરવ મારે માં પાસે જવું છે.. માં..નહી જાવ માં..મને છોડીને નહી જાવ...તમારી ગુડીયા તમારા વગર કેમ જીવી શકશે.... માં.." બોલતા બોલતા સાગરિકા એ નીરવને જકડી લીધો અને એની આંખો લાલ થઇ ગઇ,અવાજ કાંપવા લાગ્યો, ગળું સુકાઈ ગયું.

છેલ્લા ૩૬ કલાક પછી સાગરિકા કઈંક નોર્મલ થઈ અને બધા ઇન્ડિયા આવી ગયા.

ઘરની અંદર આવતા જ એવું લાગ્યું કે જાણે માં દરવાજે ઊભી રહી ને રાહ જોઈ રહી છે પણ ત્યાં તો પપ્પા ખુરશી પર નિર્જીવ જેવા થઈને બેઠા હતા.

સાગરિકા પપ્પાને વળગીને ખૂબ રડી..

પિતાજીએ દીકરીને કહ્યું.." બેટા, જો ને તારી મમ્મી ચાલી ગઈ.હું તો એમ જ વિચારતો હતો કે મારા વિના તારી મમ્મી કેવી રીતે જીવી શકશે પણ હવે તું જ કહે હું કેવી રીતે જીવી શકીશ ?"

" પપ્પા, તમે હવે અમારી સાથે આવજો.અમે બધા છીએ ને." નીરવ એ સાગરિકા અને તેના સસરા ને દિલાસો આપ્યો.સાગરિકા તેના મમ્મી પપ્પા ની એકલૌતી દીકરી હતી.

હજિ તો તેની મમ્મી ની ઉમર ૬૦ વર્ષ હતી અને સંપૂર્ણ સ્વસ્થ હતા. બસ એપેન્ડિક્સ નું એક નાનું ઓપરેશન હતું અને ઓપરેશન દરમિયાન જ એમને હાર્ટ એટેક આવ્યો અને બધું છોડીને ચાલી ગઈ.

સાગરિકા કિચનમાં ગઇ અને જોયું તો દર વર્ષની જેમ આ વર્ષે પણ મમ્મીએ અથાણાં , પાપડ અને આખા વર્ષના મસાલા ,ઘઉં,ચોખા,ખાંડ બધું ભરી લીધું હતું.

તે હમેંશા કહેતી કે કિચનમાં બધી વસ્તુ ભરેલી રાખવી જોઈએ . કાઈ ઘટવું ના જોઈએ.

બધા ડબ્બા કઠોળ થી ભરેલા હતા.

થોડાક પ્લાસ્ટિક પારદશી ડબ્બા હતા ,જેમાં લવિંગ ,એલચી, મરી,જાયફળ જેવા આખા મસાલા ભરેલા હતા જેથી સરળતાથી મળી જાય.ફ્રીજના દરવાજા પર રોજની જેમ કપડું હતું. મમ્મી કહેતી કે ફ્રીજમા ડાઘ ના પડે એટલે કપડું રાખવું સારું.

સાગરિકા એ સ્ટોર રૂમમાં જઈને જોયું તો મમ્મીએ બે થેલા ભરીને વાસણ રાખ્યા હતા .

ગયા અઠવાડિયે ફોનમાં કહેતી હતી કે વાસણ જુદા કાઢીને સ્ટોર રૂમમાં રાખી દીધા છે આ વખતે ઇન્ડિયા આવો એટલે તારા હાથેથી કોઈ જરૂરતમંદ ને આપી દેશું.

હવે મારે આટલું બધું વસાવેલું છે તેનુ શું કરવું...તારા પપ્પા અને મારા માટે તો થોડાક વાસણ પૂરતા છે,આ બધા વાસણ સારા છે તારે કામ ન આવે તો કોઈ બીજા વાપરે તો સારું ને.તું આવીશ એટલે બધા

વાસણ કોઈ જરૂરતમંદ ને આપી દેશું. આ બધું યાદ કરીને સાગરિકા ની આંખો છલકાઈ ગઈ.એવી ક્યાં ખબર હતી કે મમ્મી આમ અચાનક છોડીને ચાલી જશે.

ડ્રોઈંગ રૂમમાં સોફા ઉપર રાખેલા પાંચ કુશન. મમ્મી પપ્પાને ઘણીવાર કહેતી કે સોફાના કુશન વ્યવસ્થિત રાખો.પેપર વાંચીને જ્યાં ત્યાં મૂકી દો છો ,જગ્યા પર રાખો.આજે ટેબલ પર ચાર દિવસના પેપર એમને એમ પડ્યા હતા.સાગરિકા એ પેપર લઈને એકબાજુ મૂકી દીધા.સાગરિકા એ ખુદને સંભાળી અને ઉપરની તરફ જવા માટે સીડી ચડવા લાગી અને યાદ આવ્યું કે મમ્મી હમેંશા કામવાળી ને સીડી સાફ રાખવા કહેતી અને એ ના કરે તો પોતે જ કપડું લઈને સફાઈ કરવા લાગી જતી. મમ્મીને એજ ગમતું કે ઘર સાફ દેખાય.

મમ્મીનાં રૂમમાં જવાની સાગરિકા ને હિમંત નોહતી તેમ છતાં પણ હિમંત કરીને અંદર ગઈ. રૂમમાં કોઈ ફેરફાર નોહતો કદાચ મમ્મી ગયા પછી પપ્પા પણ આ રૂમમાં આવ્યા નોહતા.

બેડ પર મમ્મીની પસંદગીની આછા ગુલાબી રંગની ચાદર પાથરી હતી.બાજુના ટેબલ પર સાગરિકા અને તેના પરિવારનો ફોટો હતો.ફોનમાં મમ્મી હમેંશા કહ્યા કરતી..કાશ ! તું નજીક હોત તો રોજ મળી શકાત તને.આટલી દૂર છો તો ઓશિકા પાસે તારો ફોટો રાખું છુ એને જોઈને લાગે છે કે તું પાસે જ છો."

સાગરિકા એ ફોટો હાથમાં લીધો અને ફરી પાછી જોરથી રડવા લાગી અને બોલી.. " કાશ !! હું તમારી પાસે રહી શકી હોત. કાશ તમે આટલા જલ્દી અમને છોડીને ચાલ્યા ના ગયા હોત ",સાગરિકા એ માં ની અલમારી ખોલી. અલમારી માં એજ ચાવીઓ નો ઝૂડો હતો જે ક્યારેક માં ની કમર પર બાંધેલો રહેતો હતો.

માં કહેતી કે.. " અરે ! આ તો દેખાડવા માટે છે, મને શોખ છે એટલે કમરમાં લટકાવીને રાખું છું."અલમારી ખોલતા જ માં ની સાડીઓ જાણે માં નો પડછાયો બની ને વાતો કરવા લાગી.

ક્યારેક લાલ સાડી,તો ક્યારેક માં ની ફેવરિટ પીળા રંગની સાડી, એક બાજુ એ સાડી પણ રાખેલી હતી જે સાગરિકા એની પહેલી કમાણી માંથી માં માટે લઇ આવી હતી. માત્ર બસો રૂપિયાની સાડી હતી પણ માં હમેંશા એ સાડીને ઉપર જ રાખતી હતી.

સાગરિકા માટે ઘણું મુશ્કેલ હતું માં ની યાદો માંથી બહાર નીકળવું. પણ તે જાણતી હતી કે પોતે કમજોર પડશે તો પપ્પાને કોણ સંભાળશે.

સાગરિકા એ જ્યારે બીજી અલમારી ખોલી તો એમાં એક નાનું બોક્સ હતું.

જેમાં સાગરિકા ના બાળપણ થોડાક રમકડાં હતા અને કપડા હતા એ બધું માં એ ખૂબ જતન થી સાચવી રાખ્યું હતું. બધી વસ્તુઓ પર હાથ ફેરવતી અને માં ના સ્પર્શને મહેસૂસ કરતી રહી.

ઘરની એક એક દિવાલ માં ની યાદ અપાવતી હતી. હજી પણ લાગતું હતુ કે હમણાં માં નીચેથી અવાજ દઈને બોલાવશે અને કહેશે ગુડિયા નીચે આવી ને જમી લે તારી પસંદગી ની સબ્જી બનાવી છે.

હમેંશા એવું જ બન્યું કે જ્યારે પણ ઇન્ડિયા આવતી તો મમ્મીનાં રૂમમાં જ રહેતી અને મમ્મી એના માટે ખૂબ જ પ્રેમથી એની બધી ફરમાઈશો પૂરી કરતી હતી.

પરંતુ આજે કોઈ અવાજ નોહતો બસ રુદન ના હીબકા સંભળાતા હતા. એ પણ પપ્પાના..

પપ્પા નીચે ગુમસુમ બેઠા હતા. નીરવ તેમને સમજાવતો હતો પણ પપ્પા એકજ રટણ કરી રહ્યા હતા કે "કોઈ દી વિચાર્યું નોહતું કે આમ ચાલી જશે..."

સાગરિકા મનને મક્કમ કરીને નીચે આવી અને પપ્પાને કહ્યું.." માં ક્યાંય નથી ગઈ પપ્પા..હવે આપણે ખુદ જ આ શોક માંથી બહાર નીકળવું પડશે...બેશક મમ્મી આપણી પાસે નથી પણ આપણી સાથે હમેંશા છે.

એક સ્ત્રી પોતાની ઘર ગૃહસ્થી થી કેવી રીતે દુર થઇ શકે છે ??

વિશ્વાસ નથી થતો કે મમ્મી એ એની ચાલીસ વર્ષની ગૃહસ્થીમાં કેટલું બધું ભેગું કર્યુ."

ત્યારે પપ્પા બોલ્યા.." હા બેટા, એક પુરુષ તો પૈસા કમાઈ છે મકાન ખરીદી લે છે પણ એને ઘર બનાવે છે એક સ્ત્રી."

સાગરિકા મૌન રહીને ઘરમાં વસેલી માં ની મહેક ને મહેસૂસ કરી રહી હતી.

13
ઍંજિનિયર દીકરી

"જી, અમારી દીકરી સુરભિ ઍંજિનિયર છે અને પગાર પણ તમારા દીકરા જેટલો જ છે, અમે આ સંબંધ નક્કી કરીએ એ પહેલા તમારી સાથે ચોખવટ કરી લઈએ કે, અમારી સુરભિ ઘરના કામ નહીં કરે, એના માટે તમે કામવાળી બાઈ રાખી શકશો" સુરભીની માં એ છોકરા વાળા ને સાફ સાફ કહી દિધૂ.

મિહિર અને એમના માતાપિતા ને છોકરીની મમ્મી ની આ વાત સાંભળીને બે ઘડી આશ્ચર્ય થયું પરંતુ સારું પણ લાગ્યું કે તેઓએ સાફ સાફ કહી દીધું.

મિહિર ને સુરભિ ખૂબ પસંદ આવી, મિહિર ના મમ્મી પપ્પા સંબંધ માટે ના પાડી રહ્યા હતા પરંતુ મિહીરે ઘરે આવી ને પોતાના પક્ષમાં વકાલત ચાલુ કરી અને કહ્યું "મમ્મી હવે જમાનો બદલાય રહ્યો છે, નોકરી કરતી છોકરી ઘરના કામ કેવી રીતે કરે? આપણે કામવાળી બાઈ રાખી લઈશું ઘરના કામ માટે પરંતુ મારે તો સુરભિ જેવીજ લાઈફ પાર્ટનર જોઈએ છે, તમે લોકો એમને હા કહી દો"

મમ્મી પપ્પા એ મિહિર સામે કોઈ દલીલ ના કરી કારણકે વાત તો એની પણ સાચી જ હતી, વર્ષોથી ઘરના કામો કરતી સ્ત્રી ને વળી કયું વિશેષ સન્માન મળી ગયું? એક પણ દિવસ ની રજા વગર, બીમાર હોય તો પણ ક્યારેય ના ખૂટે એવા ઘરના કામ કરતી સ્ત્રી ને છેલ્લે તો એવુજ સાંભળવા મળે છે કે "આખો દિવસ તો આરામ જ કરવાનો હોય,

કામ શું હોય તમારે વળી? ઘર ચલાવવું તો ખૂબ સહેલું છે અઘરું તો પૈસા કમાવવું છે"

હવે જો એ પૂરેપૂરી સમર્થ છે પૈસા કમાવવામાં તો શુકામ કરે ઘરના કામ?

અને એ જ કારણ છે કે છોકરિઓ ને આત્મનિર્ભર બનાવવા ઉપર જોર દેવાઈ રહ્યું છે.

મિહિર ના લગ્ન સુરભિ સાથે ધૂમધામ થી થયા,

વહુ બનીને સુરભિ મિહિર ના ઘરે આવી, કેટલાક દિવસો દેશ વિદેશ માં ફરવા ગયા અને પછી અસલ લગ્ન-જીવન ની શરૂઆત થઈ, સુરભિ ને ચા, મેગી અને સેન્ડવિચ બનાવતા આવડતી એના શિવાય શીખવાની ના એની ઈચ્છા હતી અને ના જરૂરત.

સુરભિના સાસુમાં અત્યાર સુધી 3 લોકો નું જમવાનું બનાવતા હવે 4 નું અને ઘરના બાકીના કામો માટે કામવાળી બાઈ રાખી લીધી,

રમેશભાઈ ના એક મિત્ર પત્ની સાથે નેપાળ ફરવા જવાના હતા તો રમેશ ભાઈ પણ તૈયાર થયા અને મિહિર ના કહેવા પર સુરભિ અને મિહિર બંને ને ઘરના સામાન અને બાકીનો વહીવટ સમજાવી દીધો અને બંને જણા ફરવા નીકળી ગયા,

એમના જતાં જ નવદંપતી એ 2 દિવસ તો જમવાનું બહારથી મંગાવી લીધૂ, પરંતુ પછી તો એમાથી કંટાળ્યા સાથે સાથે કામવાળી બાઈ એ ફોન કર્યો કે એ ત્રણ દિવસ નહીં આવે,

સુરભિ નો ગુસ્સો સાતમા આસમાને પહોચી ગયો, પરંતુ કરે શું?

પહેલી વાર સુરભિ એ રસોડામાં પગલું માંડ્યુ, બંને ને ઓફિસ માટે મોડુ થઇ રહ્યું હતું એટ્લે ફટાફટ ચા બનાવી અને બ્રેડ નો નાસ્તો કરી ઓફિસે રવાના થયા, બપોરે કેન્ટીન માં ખાધું પરંતુ સાંજે ઘરે આવ્યા એટ્લે ઘર નું ખાવાનું યાદ આવ્યું, મિહિરે પહેલ કરી અને રસોડામાં આવ્યો શાકભાજી સુધારી થોડી વાર પછી સુરભિ પણ વાળ બાંધીને આવી,

મિહિરે લોટ નો ડબ્બો ઉતાર્યો અને જેવો આવડે એવો લોટ બાંધ્યો, સુરભિ એ પણ કુકર માં શાક નાખ્યું, અને પછી આવી રોટલી વણવાની વાત, જેમાં બંને જીરો હતા, પરંતુ આકાર નું શું કામ છે આપણે તો ખાવી જ છે ને એમ કરીને જેવી બને એવી રોટલી બનાવી,

ભૂખના કારણે ગુસ્સો પણ વધી રહ્યો હતો, અને ઉપરથી રોટલી વગ વગરની મજા ના આવી બધુ નાખ્યું એક તપેલા માં અને પછી કુકર માં ભાત મૂક્યા, સુરભિ એ ચારે બાજુ નજર કરી તો રસોડુ આખું ગંદુ થઈ ગયું,

દૂધ ની પણ ખબર નહોતી એટલે કઈ ગરમ ય નહોતું કર્યું અને બહાર મૂકેલું એટલે એ પણ ફાટી ગયું, હવે ના તો દૂધ અને ના દહી ઉપરથી કોરોના નો રાત્રિ કરફ્યુ .3 સિટી વાગી ને ભાત તો પાક્યા. મિહિરે સુરભિ ને કહ્યું," અથાણું લઈ આવ."

સુરભિએ મોઢું ફુલાવીને કહ્યું "મને શું ખબર ક્યાં હોય?"

મિહિરે શોધ્યું ,2 પ્લેટ લગાવી અને ભાત ને અથાણું પરાણે પરાણે ખાધું.

મિહિરે કહ્યું "ચાર સુરભિ બેન્ક માં ગમે તેટલું બેલેન્સ હોય પરંતુ 2 વાર ધરનું ખાવાનું ના ખાઈએ ને તો સૂકું ના મળે"

સુરભિ ને પણ મિહિર ની વાત યોગ્ય લાગી,,

ધરના કામ જોવામાં સહેલા લાગે પણ જ્યારે ખુદ કરવાના થાય ને ત્યારે નાની યાદ આવી જાય. નોકરી કરે છે અને પૈસા કમાય છે તો જરૂરી નથી કે એણે ધરના કામ ના શીખવા જોઈએ, છોકરો હોય કે છોકરી, બંને પર આ વાત લાગુ પડે છે, કે જેટલું બહારનું કામ આવડવું જરૂરી છે એટલુજ ધરનું કામ પણ જરૂરી છે, કારણકે શિખેલું ગમ્મે ત્યારે કામ આવે.

બીજા દિવસે કામવાળી બાઈ આવી એને ફેલાયેલું રસોડુ જોયું તો કહ્યું "ભાભી, આ શું?"

મિહિરે કહ્યું "રસોઈના નામે ગંદગી ફેલાવી છે, માશી હવે આજે સાફ કરી દો હવે લગભગ આવું નહીં થાય"

આગલા દિવસે આશાબેન અને રમેશભાઈ પણ આવી ગયા, અને પછી તો આશાબેને રસોડુ સંભાળી લીધું,

રવિવાર નો દિવસ હતો સુરભિ નાહી ધોઈ તૈયાર થઇ અને રસોડામાં આવી, સાસુમાંને નવાઈ લાગી,

સુરભિ એ કહયુ "મમ્મીજી, તમે મને રસોઈ બનાવતા શીખવશો?"

આશાબેને આશ્ચર્ય સાથે કહ્યું "શું વાત કરે છો બેટા, તબિયત તો ઠીક છે ને આ તુજ બોલે છેને?"

સુરભિ એ કહ્યું "હા મમ્મીજી, તમે લોકો નહોતા ત્યારે મને અહેસાસ થયો કે ઘરના કામ નું શું મહત્વ હોય છે"

આશાબેન બોલ્યા," મિહિર ને પણ બોલાવી લાવ,રસોઈ તો દીકરો હોય કી દીકરી બંને ને સિખવી જરૂરી છે."

14
પહેલી કમાણી

"હા,ભાઈ બસ બસ અહીયા જ રોકો." રાખી એ રિક્ષાવાળા ને કહ્યું.

" આ લ્યો ભાઈ પૈસા." રાખી એ પોતાના કાળા પર્સ માંથી એક ૨૦ની અને એક ૧૦ રૂપિયા ની નોટ કાઢી ને રિક્ષા વાળા ને આપી.

પર્સની ચેઇન બંધ કરી એ મોટી બજાર ની એક સાડી ની દુકાન માં પહોચી ગઈ.

"આવો, દીદી આવો ને..." દુકાનની બહાર ઊભેલા યુવાને કહ્યું.

રાખી એ દુકાન નું નામ વાંચ્યું તો નામ હતું" કોઠારી સાડીજ"

એને યાદ આવ્યું કે મમ્મી હમેંશા "બાવરી" નામ ની દુકાન માંથી સાડી ખરીદે છે. બજાર ની ભીડ માં એણે નજર ફેરવી તો, જોયું કે આગળ બે દુકાન પછી જ બાવરી દુકાન હતી.

એ ઉતાવળે ચાલી ને દુકાન મા પહોંચી ગઈ.

ખૂબ જ મોટી દુકાન , હજારો સાડીઓ હતી ત્યાં. બધી સાડીઓ એક થી એક ચઢિયાતી.

રાખી ચપ્પલ કાઢી ને દુકાન મા પાથરેલા સફેદ ગાદલા પર બેસી ગઈ. દુકાન વાળા એ પૂછ્યું.." દીદી, કેવી સાડી જોઈએ છે ??"

રાખી એ સામે દેખાતી એક આછા પીળા રંગ ની સાડી તરફ ઈશારો કરતા કહ્યું.."આ બતાવો.."

દુકાન વાળા એ સાડી બતાવી, પછી બીજી પણ ઘણી બધી સાડીઓ બતાવી.

રાખી કંફ્યુઝ થઈ ગઈ કે આટલી બધી સાડી માંથી કઈ સાડી ખરીદે. એની પાસે પુરા ૫૦૦૦ રૂપિયા હતા.

રાખી ખૂબ જ ખુશ હતી. એણે કઈંક વિચાર્યું અને ૧૧૦૦ રૂપિયા વાળી બે સાડી ખરીદી.

સાડીઓ નું બિલ ચૂકવી ને રિક્ષા માં ઘરે આવી ગઈ.

સાંજ ના ૬ વાગ્યા હતા. મમ્મી પરેશાન હતી. રાખી ઘરે આવતા જ મમ્મી બોલી..." અરે! ક્યા હતી,કેટલું મોડું કર્યું ."

રાખી બોલી.." મમ્મી , અંદર તો આવવા દે."

રાખી હાથ મોઢું ધોઈ ને સોફા પર બેઠી અને મમ્મી ને પણ બેસાડી અને કહ્યું..." મમ્મી, આંખો બંધ કર."

"લે , હવે આ શું નવું નાટક છે.." મમ્મી એ કહ્યું

"અરે મમ્મી આંખ બંધ કરને"

આંખ બંધ કરતા મમ્મી બોલી. લે બસ કરી"

રાખીએ તરત જ બેગ માંથી સાડી કાઢી અને મમ્મીનાં ખભે રાખતા બોલી.."હવે ખોલ."

"અરે! વાહ, ખૂબ સરસ સાડી છે.કેટલી સુંદર અને રંગ પણ મારો ને તારી કાકી નો ફેવરિટ...તું લાવી મારી માટે ???"

" હા, મમ્મી તારા માટે, મારી પહેલી કમાણી માંથી."રાખી એ ગર્વ થી કહ્યું.

તારા પોતાના માટે શું લાવી ???? મમ્મી એ પૂછ્યું.

" મમ્મી, આજે હું ખૂબ ખુશ છું કે હું તમારા માટે કાઈ લાવી શકી. મારા માટે તો આ જ ઘણું છે"

"અને મમ્મી, આ બીજી સાડી કાકી માટે છે. જે ના જાણે કેમ આપણા થી રિસાઈ ને અલગ થઈ ગઇ. હું આજે એને આ સાડી આપી ને પાછ લઈ આવીશ." રાખી એ બેગ માંથી બીજી સાડી બતાવતા મમ્મી ને કહ્યું.

" અરે ! આ બંને સાડી તો એક જ સરખી છે"

"હા મમ્મી, જોજે કાકીને આ ગમશે"

"ઠીક છે જા આપી આવ એને, કદાચ માની જાય." મમ્મી એ રાખી ને કહ્યું.

રાખી સાડી લઇ ને કાકી ના ઘરે ગઈ. કાકી એ કંઈ પણ બોલ્યા વગર દરવાજો ખોલ્યો.

રાખી એ પોતાની કાકી ને કહ્યું..."કાકી,મારી પહેલી કમાણી માંથી મે તમારા માટે સાડી ખરીદી છે. કાકી મને નથી ખબર કે તમારા અને મમ્મી વચ્ચે શું બન્યું કે તમે રિસાઈ ને અલગ થઈ ગયા. તમે બંને હવે એકબીજા સાથે વાત પણ નથી કરતા, આ બધું જોઈ મને ખૂબ દુ:ખ થાય છે. કાકી શું તમે મારા માટે આ બધું ભૂલી ના શકો?? તમે ભલે સાથે ના રહો પણ શું તમારા અબોલા દૂર ના થઈ શકે?? જો તમે મમ્મી થી નારાજગી છોડવા માની જાવ તો પ્લીઝ કાકી...તમે રવિવારે આ સાડી પહેરી ને મમ્મી ના જન્મદિવસ પર ઘરે આવજો."

રાખી આટલું કહી ને નીકળી ગઈ.

રવિવાર ની સાંજે ટેબલ પર જાતજાતના પકવાન રાખી દીધા હતા અને કેક પણ મંગાવી હતી. રાખી ને બસ કાકા કાકી ની રાહ હતી. ઘણો સમય થઈ ગયો પણ એ ના આવ્યા.

રાખી ના પપ્પા એ કહ્યું..."ચાલો, કેક કાપી લ્યો."

રાખી નિરાશ થઈ ગઈ.

પણ એટલામાં અવાજ આવ્યો

" હેપ્પી બર્થ ડે દીદી..." કાકી એજ સાડી પહેરી ને આવી ગયા.

" નાનકી તું આવી ગઈ, કેટલી સુંદર લાગે છે." મમ્મી એ કાકી ને ગળે લગાવતા કહ્યું.

" રાખી બિટિયા ની પહેલી કમાણી ની આ બે એકસરખી સિંથેટિક સાડીઓ એ તો કમાલ કરી, દેરાણી જેઠાણી બંને પાછી સહેલીઓ બની ગઈ."કાકા એ ભત્રીજી રાખી ના માથે હાથ રાખતા કહ્યું.

પપ્પા બોલ્યા.."આપણે હજારો ની ભેટ આપી ને પણ ના કરી શકત, જે દીકરી એ પોતાની પહેલી કમાણી ના પૈસા થી કરી દીધું."

દેરાણી જેઠાણી બંને એકસરખી સાડી પહેરી ખૂબ ખુશ હતી.

રાખી ને પણ લાગ્યું...કે એની પહેલી કમાણી પર ભગવાન ના આશીર્વાદ હતા એ કારણે આ થયું. આ કમાણી ઘણી અણમોલ છે.

15
ભેટ

"અરે! રશ્મિ દીદી કેમ છો, એક ખુશખબરી આપવા ફોન કર્યો છે."

ભાઈ મનોહર નો ચહેરો ખુશી થી ચમકતો હતો. બાજુમાં એની પત્ની રમા પણ ઊભી હતી.

"શું?,ગુડ્ડી નો સબંધ થઈ ગયો ને !!! એ જ કહેવા ફોન કર્યો ને? બોલ જલ્દી."રશ્મિ રસોઈ નું કામ મૂકી, ડાઇનિંગ ટેબલ ની ખુરશી પર બેસીને ઉત્સુકતા થી બોલી.

"હા,દીદી,કાલે જ દિલ્લી વાળાઓએ સબંધ નક્કી કર્યો, આવતા રવિવારે સગાઈ છે. બસ થોડાક લોકો ને બોલાવી ને સગાઈ કરવાની વાત થઈ છે. જાન્યુઆરી માં ધૂમધામ થી લગ્ન કરશું." મનોહરે બધી વાત કરી.

રશ્મિ ખુરશી માંથી ઊભી થઈને રૂમ માં બેઠેલા પતિ પવન પાસે જઈ ઈશારા થી કહ્યું કે ગુડ્ડી નો સબંધ થઈ ગયો.

"અરે ! આ જ રવિવારે સગાઈ રાખી છે ભાઈ? હવે આટલું જલ્દી બધું કેવી રીતે થશે? આટલી જલ્દી ટીકીટ પણ નહી મળે.. બાળકો ની પણ પરીક્ષા છે..." સગાઈ માં નહી જઈ શકવાનું દુ:ખ રશ્મિ ના ચહેરા પર દેખાતું હતું.

સામે બેઠેલા પતિએ પણ ઈશારા થી કહ્યું કે હમણાં નહી જઈ શકીએ.

રશ્મિ એ ફોન પતિ ને પકડાવતા કહ્યું... "લે, મનોહર તારા જીજાજી સાથે વાત કર"

"સાળા સાહેબ, અભિનંદન ભાઈ. ઘણા સારા સમાચાર છે.સારી જગ્યાએ સબંધ થઈ ગયો. ગુડી તો ખુશ છે ને.." આત્મીયતા થી તેઓ બોલ્યા.

પાસે બેઠેલી પત્ની કેલેન્ડર જોવા લાગી અને સાથે સાથે એના મગજ માં ખર્ચાનું એક લિસ્ટ તૈયાર થવા લાગ્યું. દરેક મધ્યમવર્ગીય પરિવાર નું બજેટ આવા ખર્ચા થી ખોરવાઈ જાય છે.

હજુ તે પોતાના કબાટ મા મુકેલી નવી સાડી ઓ ની ગણતરી કરતી હતી કે પતિ નો અવાજ કાને પડ્યો.."અરે ! સાળા સાહેબ તમે ચિંતા ના કરો બધું સારી રીતે થઈ જશે અમે બધા પહોંચી જાશું.

આમ કહી ને ફોન મૂકી દીધો.

"ચલો, તૈયારી શરુ કરો ફઈ જિ. ખૂબ ખૂબ અભિનંદન તમને પણ. " પવને રશ્મિ ના ખંભે હાથ મૂકી ને કહ્યું.

" હા,એ બધું તો ઠીક છે... પણ ઘણો ખર્ચો થશે, બધાની ૩ જોડી નવા કપડાં, જવા આવવાનો ખર્ચો અને પછી ફઈ તરફ થી ભત્રીજી ને સારી એવી ગિફ્ટ પણ આપવી પડશે." બધી જ ખુશી જાણે પૈસા નું વિચારતા ગાયબ થઈ ગઈ.

" જો રશ્મિ મારે તો પેલૂ વાદળી કુર્તુ અને દિવાળી વાળો શર્ટ છે, મારા માટે કપડાં લેવાની જરૂર નથી. બે સાડી તું લઈ લે. સેકન્ડ ક્લાસ માં ટીકીટ કરાવી લેશું અને પછી ગિફ્ટસ.." બોલતા બોલતા પવન બંધ થઈ ગયા.

"ના, જ્યારે જુઓ તમે એજ કુતો પહેરો છો. પહેલા પણ અનુપ ની ઘરે એજ પહેર્યો હતો. લગ્ન છે કોઈ જન્મદિવસ નઈ...અને સૌથી મોટી સમસ્યા તો ગિફ્ટ ની છે. સોના ની નાની એવી વિટી લઈશ તો પણ ૨૦ હજાર થી ઓછા મા નઈ આવે. શું મોઢું લઇ ને જાશું. છોકરાવાળા તો ખૂબ પૈસાદાર છે. બધા પૂછશે કે ફઈ એ શું આપ્યું તો શું કહીશ? આના થી સારૂં તો લગ્ન માં જ ના જઈઍ."

લેણદેણ ના રિવાજ થી રશ્મિ ના અરમાન જાણે ધરાશાઇ થઈ ગયા.

"કાશ ! બાળપણ જેવું હોત કે એક જામફળ ના બદલા મા બે ચોકલેટ અથવા ગલ્લા ના પ રૂપિયા થી ખરીદેલી પેન જ ખૂબ મોટી ગિફ્ટ કહેવાય. કે પછી ભાઈ માટે એક કવિતા લખવી. પરંતું આજે

...પૈસા જ બધુ છે ."

રશ્મિ ના શબ્દો પવન ના કાન થી સીધા એના હદય સુધી પહોંચી એની આર્થિક સ્થિતિ ની હકીકત કહેતા હતા.

પવને રશ્મિ ને ગળે લગાવી... અને કહ્યું.. "સાંભળ, હું સમજુ છું કે તારું ઘણું મન છે કે તું ગુડ્ડી ને સારી ગિફ્ટ આપે.એક કામ કરીએ, હું મારી એફ. ડી.તોડાવી દઈશ. ૩૦ હજાર ની, વીટી તો આવી જશે."

" નહી, બિલકુલ નહિ આવતા વર્ષે દીકરા ને દસમું છે ઘણી ફીસ ભરવી પડશે ત્યારે કામ આવશે. બીજું કઈંક વિચારીએ." આટલું કહી રશ્મિ રસોઈ ના કામ માં વ્યસ્ત થઈ ગઈ.

પવન પણ ઊંડો શ્વાસ લઈ કામે લાગી ગયો.

બંને દીકરાએ બધી વાત સાંભળી લીધી હતી. આજ ની પેઢી ભલે આપણને ગૈરજિમ્મેદાર લાગે પણ હકીકત માં તેઓ ખૂબ સમજદાર હોય છે.

સાંજે બંને છોકરાઓ એ મમ્મી ને કહ્યું.. "મમ્મી, દીદી ની સગાઈ માં મામા ની ઘરે અમે નહી આવી શકીએ. એજ સમયે અમારે સ્કૂલ મા પ્રોજેક્ટ છે. તમે અને પપ્પા જઈ આવજો."

પોતાના સંતાન ની રગે રગ જાણતી હોય છે એક માં. એ સમજી ગઈ હતી કે છોકરાઓ ખર્ચ બચાવવા આવું કહે છે. રશ્મિ બોલી.. "હજુ ઘણો સમય છે જોઈઍ શું કરવું. તમે લોકો ચિંતા ના કરો."

રોજ બધા નો ફોન આવતો, શોપિંગ ની વાતો કરતા. ગિફ્ટ શું લેવાની છે એ વાત પર ડિસ્કસ કરતા. મોટી બહેન ને પૈસા ની કોઈ કમી ન હતી, એની સાથે તુલના કરવી તો મૂર્ખામી કહેવાય.

ભાઈએ એક દિવસ સાંજે કોનફરન્સ કૉલ કર્યો બંને બહેનો અને ભાઈ ભાભી બધા હતા.

ગિફ્ટ લેવા બાબતે વાત થઈ રહી હતી

ભાઈ ઘસીને બોલ્યો.. "લગ્ન માં બધા ને આવવાનું છે પણ કોઈ ગિફ્ટ લઈ આવવાની નથી. ગુડ્ડી એ કહ્યું છે કે લગ્ન માં તમારા બધા ના આશીર્વાદ જોઈઍ છે બસ! એટલે કોઈઍ કાઈ લાવવાનું નથી બસ જલ્દી આવી જાજો અને બધી વિધિઓ માં સાથે રહેજો.

ભાભી એ કહ્યું.. "હા દીદી,જમાઈ પણ કોઈની પાસેથી ગિફ્ટ લેશે નહીં. ગુડ્ડી અને જમાઈ બંને એ મળી ને આ નિર્ણય લીધો છે. તમે બધા

જલ્દી આવી જજો અને આપણે બધા ખૂબ સરસ રીતે પુરા રીત રિવાજ થી ગુડી ના લગ્ન કરશું."

રશ્મિ ને આ બધું સાંભળી સારું લાગ્યું. એણે દીદી ને વાત કરી તો એ બોલી.."હું તો કેશ લઇ જઇશ,ગુડી ને જે જોઈતું હોય એ લઇ લેશે. જો લગ્ન માં ગિફ્ટ તો આપવી જ જોઈએ ને."

રશ્મીએ પવન ને વાત કરી.

તે બોલ્યા.. "છોકરાઓ તો નથી આવતા, આપણે બંને જઈશું, ૧૧ હજાર શગુન આપી દેશું. બધું થઈ જશે."

રશ્મિ નું સ્મિત થોડું ઘણું પાછું આવી ગયું પણ છોકરાઓ વગર કેમ જવું એ સમસ્યા એને મૂંઝવતી હતી.

રશ્મિ અચાનક જ બોલી પડી.. "લગ્ન માં જાશું તો બધા જાશું, નહીતો કોઈ નહી. આમ પણ ગુડી એ ખાસ છોકરાઓ નું કહ્યું છે. ભાભી એ પણ કેટલીવાર કહ્યું છે કે છોકરાઓ ને જરૂર લાવજો. ચલો બધા જ જઈશું. કપડાં મોંઘા નઈ લઈએ. બધું જ થઈ જશે."

પવને પણ હા કહી.

બધી શોપિંગ થઈ ગઈ ટીકીટ પણ આવી ગઈ. પવને ૧૧ હજાર પણ સાચવી ને રાખી દીધા.

ભાઈ ના ઘરે રોનક હતી. બહેન અને પરિવાર ને જોઈ ભાઈ ની આંખો ભરાય ગઈ.

મોટી બહેન પણ સહપરિવાર પ્લેન થી સવારે જ આવી ગઈ હતી. ભાભીએ રશ્મિ નું ખૂબ પ્રેમ અને આદર થી સ્વાગત કર્યું. રશ્મિ અને પવન ઘણા ખુશ હતા. છોકરાઓ સીધા એની ગુડી દીદી પાસે ગયા.

દીદી અને બાકી લોકો ના કપડાં ખૂબ કિંમતી હતા. રશ્મિ ને પોતાની સાડી સાવ હલકી લાગી પણ પવન નો સાથ એને દુઃખી નહોતો થવા દેતો.

લગ્ન માં ખોટો દેખાડો ના હતો, પણ મહેમાનો ના સ્વાગત માં કોઈ કમી ન હતી. ભાઈ ભાભી ખુલ્લા મન થી સૌ નું સ્વાગત કરી રહ્યા હતા. દરેક ના ચહેરા પર ખુશી હતી. ઓછા ખર્ચે પણ લગ્ન ખૂબ સારી રીતે થઈ શકે એનું સરસ ઉદાહરણ હતું.

લગ્ન ની વિધિ શરૂ થઈ ગઈ. બધા ગુડી ને ગિફ્ટ આપી રહ્યા હતા પણ ગુડી એ બધા ને ના કહી. મોટી બહેન બોલી.."ગુડી,હું તારી કઈ છું

મારો હક છે.તું કાઈ ના બોલીશ. આ શગુન છે બેટા લઇ લે.ના કહીશ નહી.

રશ્મિ આવી ગઈ અને મોટી બહેન ની વાત માં સહમતી દર્શાવી.

બંને બહેનો કવર લઇ ને ઉભી હતી ત્યાં ગુડ્ડી એ કવર લીધું અને એમાં મુકેલ એક રૂપિયા નો સિક્કો લઇ માથે લગાવ્યો અને બોલી... "લો શગુન લઇ લીધું." બાકી કવર પાછું આપી દીધું .

ગુડ્ડી ઉર્ફ કાવ્યા આગળ બોલી..."મે અને આર્યને પહેલા જ નક્કી કર્યું હતું કે લગ્ન માં ભેટ નહી લઈએ, બસ અમને આશીર્વાદ જોઈએ. સબંધ પ્રેમ થી હોવો જોઈએ પૈસા થી નહી. અમે તમારી જેમ વધારે દુનિયા નથી જોઈ કે ના અમને વ્યવહાર નો વધારે અનુભવ છે પણ એટલી ખબર છે કે ધણીવાર મજબૂત સબંધ પણ પૈસા ના કારણે તૂટી જાય છે. લગ્ન ના રિવાજો નિ:સંદેહ મહત્વપૂર્ણ છે પણ આજકાલ એની પરિભાષા કંઇક બદલાઈ ગઇ છે. ક્યારેક મામા એ આપેલ ભેટ માં ખામી કાઢવી તો ક્યારેક શગુનના કવર માં, ક્યારેક સોના ના ધરેણાં ને હાથ માં લઇ વજન જોવો, સાડી ઓ ની કિંમત આકવી ખૂબ જ દુ:ખદ છે. લગ્ન, જન્મ દિવસ કે કોઈ ઉત્સવ પર આપેલ ભેટ જો માત્ર શુભકામના માટે જ હોય તો ધણું સારું કહેવાય. એટલે આપ સૌ ને અનુરોધ છે કે આપ સૌ અમને આશીર્વાદ આપો.

રશ્મિ એ ગુડ્ડી ને ગળે લગાવી અને એનું માથું ચૂમી ને કહ્યું.." મારી લાડો, સદા ખુશ રહેજે."

સૌએ ભેટ પાછી લીધી અને વર કન્યા ને ધણાં બધાં આશીર્વાદ દીધા. પવન રશ્મિ ને જોઈ સ્મિત કરતો હતો.

16
પૈસા ના સંબંધ

નીતીશ ના વિવાહ ને બસ બે મહિના ની વાર હતી. નીતીશ ના બંને ફઇ લતા અને મીતા નીતીશ ના લગ્ન ને લઈને ખૂબ ખુશ હતા. નીતીશ ના પપ્પા નરેશ અને મમ્મી મમતા પણ એના એકના એક દીકરાના લગ્ન માટે ઘણા ઉત્સાહિત હતા.

નીતીશ ના દાદીએ કહ્યું , "બેટા નરેશ, બંને જમાઈ જી ને ઘરે ફોન કરીને ખૂબ આગ્રહપૂર્વક લગ્નમાં આવવાનું આમંત્રણ આપજો. કોઈને ખોટુ મનદુ:ખ ના લાગે. ખાસ કરીને નાના જમાઈ જી ને .મોટા જમાઈ તો બિચારા સીધા છે."

નરેશે કહ્યું .. "માં , તમે ચિંતા નહિ કરો. રાત્રે વિડિયો કૉલ કરીને બધા વાત કરી લેશું. તમે પણ કહી દેજો."

રાત્રે આઠ વાગ્યે નરેશે એની મોટી બહેનો ને એકસાથે વિડિયો કૉલ કર્યો.

લતા ફોન ઉપાડતા જ ખુશ થઈને બોલી.. "અરે ! વાહ ! બધા એકસાથે. કહો ભાઈ ભાભી બધું કેમ ચાલે છે ? નીતીશ તું કેમ છો ? માં ,હવે દાદી સાસુ બની જશો તમે તો..!"

લતા ના પતિએ પણ બધા સાથે વાત કરી અને પછી ફોન મૂકી દીધો.

મીતાએ ફોન ઉપાડ્યો જ નહિ.

બીજા દિવસે મમતા ના ફોનમાં નણંદ મીતા નો ફોન આવ્યો., "ભાભી,તમે લોકો એમને ફોન કરી દેજો. બોવ ગુસ્સો કરતા હતા. કાલે કોન્ફરન્સ કોલ જોઈને બોલતા હતા કે શું આવી રીતે આમંત્રણ અપાય. એટલે ભાઈને કહેજો કે સીધા એના ફોનમાં જ વાત કરે અને લગ્નનું આમંત્રણ આપી દે. તો જ આવશે .. નહીતો તમે તો ઓળખો છો એને."

મમતા વિચારમાં પડી ગઈ કે કેટલા પ્રેમ થી નરેશે બંને બહેનોને ફોન કર્યો હતો અને તો પણ ફરિયાદો..

નરેશે માં ના કહેવા પર નાના જમાઈ ને સહપરિવાર આવવાનો આગ્રહ કર્યો ત્યારે લગ્ન મા આવવા માટે એ માન્યા.

મીતા પણ હવે ખુશ હતી.

મિતાની આવી આદત આજની નોહતી પણ એના લગ્ન પછીથી હમેંશા નરેશ અને મમતા ને સલાહ સૂચન આપ્યા કરતી કે શું સામાન લઈ આવવાનો છે ,શું ગિફ્ટ આપવાની છે ત્યાં સુધી કે કેવી રીતે ક્યાં એને શું બોલવાનું છે ..એ બધું પણ એજ કહેતી હતી.

મમતા ને એ જરાય ગમતું ન હતું કે મોટી બહેન ની આર્થિક સ્થિતિ સામાન્ય હતી એના સત્કાર થી વધારે સત્કાર મીતા અને એના પતિનો કરવો પડતો કેમકે તે અમીર હતા.

લગ્ન ની તૈયારીઓ શરૂ થઈ ગઈ.

બંને બહેનો પણ પરિવાર સાથે પિયર મા પહોચી ગઈ.

નરેશ ખૂબ જ વ્યસ્ત હતો પણ સમય મળતા વચ્ચે વચ્ચે નાની બહેન અને બનેવી ની સરભરા કરી લેતો હતો. એના જમવામાં અને સગવડતા માં કોઈ ખામી ના રહે એ વાતનું ધ્યાન રાખતો.

જ્યારે મોટા જમાઈ પોતાની મેળે જ કામ ની જવાબદારી માથે લઈને કામ માં વળગી ગયા હતા.

મીતા ના ઘરેણાં ,એની સાડી,પર્સ, ચપ્પલ બધું જ ખૂબ કિંમતી હતું. પૈસાની કોઈ કમી નોહતી એટલે દરેક વસ્તુ બેસ્ટ હતી.

લતા ના કપડા અને ઘરેણાં ભલે સાધારણ હતા પણ એનો હસતો ચહેરો જ એની શોભા વધારતો હતો.

નીતીશ ના વિવાહ વખતે પણ બધી વિધિ થઈ હતી .દરેક વખતે મીતા અને એનો પતિ આગળ આવી જતા. માં કાઈ બોલતી નહી કેમકે એ જાણતી હતી કે જો કઈ બોલીશ તો લગ્નમાં મહાભારત શરૂ થઈ

જશે.

 મમતાને લતા દીદી અને એના પતિ માટે ખરાબ પણ લાગતું હતું.

નીતીશ ના વિવાહ નિર્વિઘ્ને સંપન્ન થઈ ગયા અને હવે બધા લોકો હોટેલ થી ઘરે આવવાની તૈયારી કરવા લાગ્યા. ત્યાંજ મીતા બોલી.. મમતા ભાભી.. કાર આવી ગઈ કે ??

મમતા એ જવાબ આપ્યો.. "ડ્રાઈવર તો વડીલ મહેમાનો ને ઘરે મૂકવા ગયો છે. સમય લાગશે. અમે બધા ટેક્સી માં જઇ રહ્યા છીએ. તમે પણ ચાલો."

નાના જમાઈના કાન સુધી વાત પહોંચી અને તમાશો થઈ ગયો. મોઢું ચડાવી ને બેસી ગયા અને બોલ્યા "હું અને ટેક્સી .. એના કરતાં તો સીધા એરપોર્ટ ચલો.નથી રહેવું અહિ."

નરેશ દોડતો દોડતો આવીને બોલ્યો.. "અરે !! એવું નથી..બસ બે મિનિટ ઊભા રહો..મિત્ર ની કાર છે હમણાં આવી જશે."

લતા અને એનો પતિ સામાન લઈને ઊભા હતા.. બોલ્યા.. "નરેશ અમે ટેક્સી માં બેસીને ઘરે પહોંચ્યે છીએ.તું પણ આવી જજે.

મીતા બોલી પડી.."અમને લોકોને કાર વગર જવાની આદત નથી.. ટેક્સી માં તો ક્યારેય બેઠા જ નથી. તમને લોકોને તો આદત હશે ને.તમે લોકો જાવ."

મીતા ના શબ્દો મમતા અને લતા ના દિલ ની આરપાર નીકળી જતા હતા.

મમતા તો પણ ચૂપ રહી.

બીજે દિવસે નવી વહુની પહેલી રસોઈ હતી.

વહુ મીઠાઈ બનાવી ને લઇ આવી તો સૌથી પહેલા એણે સાસુ ને પીરસ્યું. પછી મોટા કુવાજી ને પીરસવા લાગી.

મમતા એ કહું "હા હા બેટા, એ તારા મોટા ફઇ અને કુવા જી છે એમને આપ..." મીતા અને એના પતિને માઠું લાગ્યું પણ નવી વહુ ને કાઈ કહ્યું નહી.

લતા એ ચાંદી નો સિક્કો અને એક કવર નવી વહુને આપ્યા. તો મીતા બોલી.. "બસ , એટલું જ આપશો દીદી."

નવી વહુ બોલી.. "મારે તો ફક્ત આશીર્વાદ જોઇએ છે બીજુ કાઈ નહિ."

મમતાને લાગ્યું જાણે લતા દીદી અને મોટા બનેવીને આજે સન્માન મળ્યું છે ."

લતા અને મીતા ઘરે જવાની તૈયારી કરતી હતી ત્યારે મીતા બોલી.. "ભાભી, મારી બેગ મા કાજુ કતરી ના ડબ્બા મુકજો, એના માટે પણ જરાક મોટું કવર આપજો.

મમતા બોલી... "તમારો અને લતા દીદી નો એકસરખો જ વ્યવહાર કર્યો છે. કોઈને વધારે થોડું નથી. દર વખતે માં તમને અલગથી ઘણું બધું આપતા હતા જેથી જમાઈ જીને ખોટું ના લાગે પણ હવે નહી. મને લાગે છે કે લગ્ન પછી તમે એને સમજાવ્યા હોત કે સ્નેહીઓ પાસેથી સન્માન પૈસા કે હેસિયત થી નથી મળતું બલ્કે સ્નેહ થી મળે છે.પણ તમે તો હમેંશા એને સપોર્ટ જ કર્યા. પિયર માં પણ અમને બધાને કહ્યા કર્યું કે અમારે ક્યારે શું કરવાનું છે.લતા દીદી ક્યારેય કંઈ નથી બોલ્યા પણ હું એના દર્દ ને સમજુ છું."

મીતા ગુસ્સાથી લાલ પીળી થઈ રહી હતી.

પરંતુ મમતા આજે સત્ય રૂપી અરીસો લઈને ઉભી હતી. એણે વર્ષો થી જે ખોટું થઇ રહ્યું હતું એના પણ નિયંત્રણ લગાવ્યું.

સાસુને પણ આજે ચૂપ રહેવાનું જ ઉચિત લાગ્યું.

17
નસીબદાર

પોતાની વ્હાલી મોટી બહેન પ્રતિમા ના લગ્નમાં અનુજ બધા લોકોની સામે તો હસી રહ્યો હતો પણ એનું દિલ એ વિચારી વિચારીને રડી રહ્યું હતુ કે દીદી કાલ થી સાથે નહી હોય. પછી રોજ સવારે કોલેજ જવા માટે કોણ જગાડશે.. કોણ મમ્મી પપ્પા પાસે તેની ફરિયાદ કરશે.. કોણ શનિવાર ના દિવસે દોસ્તો સાથે ફરવા જવા માટે પપ્પાને ભલામણ કરશે.. દિવસભર લડતા ઝગડતા અને પ્યારની એ સુંદર પળ હવે ક્યારેય નહીં આવે. દીદી હવે પરાઈ થઈ જશે.

વિદાય સમયે પ્રતિમાને ગળે વળગી ને અનુજ ખૂબ જ રડ્યો. બોલ્યો.. "દીદી, અત્યાર સુધી મારાથી જેટલી ભૂલ થઈ માફ કરી દેજે. મને ભૂલી નહી જતી ..રોજ ફોન કરજે."

પ્રતિમા પણ નાના ભાઈથી જુદા પડતી વખતે ચોધાર આંસુડે રડી પડી.

પ્રતિમા વિદાય થઈ ને સાસરે આવી ગઈ. મમ્મી પપ્પા ની લાડકી દીકરી વહુ બનતા જ સાસરિયાની બધી જવાબદારીઓ ઉપાડવા માટે તૈયાર થઈ ગઈ. પતિ મિલિન્દ પ્રતિમા સાથે ઘણો ખુશ હતો. મિલિન્દ તેની પત્ની ને ખૂબ પ્રેમ કરતો હતો અને સન્માન પણ કરતો.

લગ્નને ચારેક મહિના થઈ ગયા હતા. આ દરમિયાન અનુજ ફક્ત એકવાર જ પ્રતિમાને મળવા આવ્યો હતો એ પણ કોઈ તહેવાર ના દિવસે આવ્યો હતો. પછી એના અભ્યાસમાં વ્યસ્ત થઈ ગયો પણ રોજ

મેસેજ કરીને દીદી ના હાલચાલ પૂછી લેતો.

મિલિન્દ ઓફિસ ના કામથી થોડા દિવસ માટે બીજા શહેરમાં ગયો હતો. અનુજ નું રીઝલ્ટ આવી ગયું હતું. એ સારા માર્કસ થી પાસ થયો હતો. કૉલેજથી સીધો જ મીઠાઈ લઈને દીદી ના ઘરે પહોંચી ગયો.

ડોર બેલ વાગી તો પ્રતિમા રસોઈ બનાવી રહી હતી એટલે તેની સાસુએ દરવાજો ખોલ્યો..

દરવાજો ખૂલ્યો કે અનુજે જોર જોરથી તેની દીદીને બૂમ પાડી.. દીદી ઓ દીદી..

દીદી ની સાસુ બોલી.. "અરે ! અનુજ આરામથી. રાડો કેમ પાડે છે ? ચપ્પલ તો બહાર કાઢી નાખ."

અનુજને જ્ઞાત થયું કે દીદી ના સાસરે આવ્યો છે.. એણે તરત બહાર ચપ્પલ કાઢ્યા અને દીદી ના સાસુને પગે લાગીને બોલ્યો.. "આંટી, હું પાસ થઈ ગયો છું.એ ખબર આપવા આવ્યો હતો."

ત્યાંજ પ્રતિમા કિચન માંથી દોડતી આવી અને બોલી..''અનુજ તું તો હોશિયાર જ છો પાસ તો થવાનો જ હતો."

અનુજ દીદીને ગળે મળ્યો એને મીઠાઈનું બોક્સ ખોલીને બધાથી પહેલા દીદીને મીઠાઈ ખવડાવી. દીદી ની સાસુને એ ગમ્યું નહી અને બોલી.. "બેટા, હવે જરાક શાંતિથી બેસી જા. પ્રતિમા તું રોટલી બનાવી લે, પપ્પાજી ને જમવાનો સમય થઈ ગયો છે. ભાઈ ક્યાં ભાગ્યો જાય છે."

પ્રતિમાનું મોઢું પડી ગયું.

અનુજ બોલ્યો.. "દીદી, હું જાવ છું. તમે ફ્રી થઈ જાવ પછી વાત કરશું."

સાસુ બોલી.. "હવે બધા કામ માટે તો કામવાળી છે ઘરમાં. બસ બે ટાઇમ રસોઈ જ બનાવવાની હોય છે તારી દીદીને. બાકીનો સમય ફ્રી જ હોય છે."

સાસુની વાત સાંભળીને સસરા બોલી પડ્યા.. "અરે ! હવે આવ્યો છો તો મારી સાથે જમવા બેસી જા.

સાસુએ ઘુરીને સસરા સામે જોયું.

પણ હવે એમણે કહી દીધું તો એ શું કરી શકે.

પ્રતિમા પણ બોલી.. "હા, અનુજ તું બેસ હમણાં જમવાનું તૈયાર કરું છું."

અનુજ સોફા પર બેસી ગયો અને પ્રતિમા ફટાફટ કિચનમાં ગઇ અને કડાઈમાં ઘી નાખીને હલવો બનાવવાની હતી કે સાસુએ આવીને કહ્યું .. "અરે, આ શું કરે છે ?"

પ્રતિમા બોલી.." મમ્મી, અનુજ આટલા સારા સમાચાર લાવ્યો છે તો કઇંક મીઠાઈ બનાવું છું. ઉતાવળમાં તો હલવો જ બની શકશે."

સાસુ બોલી.. "હવે આ માથાફ્ટ ક્યાં કરવી. એ જે મીઠાઈ લાવ્યો છે એજ પીરસી દેજે. આમેય અહી જમાડવાની તો છો જ ને."

સાસુ ના આવા શબ્દોથી પ્રતિમાની નજરમાં સાસુની ઈજ્જત જાણે સાવ ખત્મ થઈ ગઈ. એણે પોતાના ભાઈ અનુજને પ્રેમથી જમાડ્યો અને સાસુ ને કાઈ કહ્યું નહી.

પરંતુ એટલું તો પાક્કુ હતું કે આ દિવસ એ ભૂલી શકે એમ નોહતી.

એણે વાતને વધારી નહી.

પ્રતિમા એ નક્કી કરી લીધું કે યોગ્ય સમયે સાસુને જવાબ જરૂર દઈશ.

મિલિન્દ આવી ગયો એટલે એકદિવસ એણે મિલિન્દ ને કહ્યું કે.. "સાંભળો મિલિન્દ, દીદી ને ઘરે જઈને સરપ્રાઇઝ આપો ને."

મિલિન્દ બોલ્યો.. "હા, ઠીક છે કાલે જ જઈશ."

બીજા દિવસે મિલિન્દ તેની મોટી બહેનની ઘરે ગયો અને સાંજે પાછો આવ્યો તો માં એ પૂછ્યું.. "અરે ! તું અચાનક ત્યાં કેમ ગયો હતો, બધું બરાબર છે ને ?"

મિલિન્દ બોલ્યો.." હા, માં બધું બરાબર છે અને દીદી પણ મજામાં છે. હું ગયો તો દીદી કરતા વધારે તેના સાસુ સસરા ખુશ થઇ ગયા. તરત બેસાડ્યો એને દીદીએ મિલ્ક શેક પીવડાવ્યો. આંટીએ તો આગ્રહપૂર્વક જમવા રોકી લીધો અને દીદી એ કેટલું બધું જમવાનું બનાવ્યું પૂરી-શાક, હલવો અને બીજું પણ ઘણું બધું હતું. દીદી ના સાસુએ તો તમારા માટે પણ હલવો મોકલ્યો છે. માં..આપણી દીદી ઘણી નસીબદાર છે કે આટલું સારું સાસરિયુ મળ્યું."

ત્યાંજ પાછળથી મિલિન્દ ની દીદીનો અવાજ સંભળાયો.. "હા, હું તો નસીબદાર છું.પરંતુ કાશ..! આવી વાત પ્રતિમા પણ બોલી શકી હોત."

(પ્રતિમાએ મિલિન્દ ને અનુજ વાળી વાત કહી દીધી હતી.)

સાસુ ચોંકીને બોલી .. "અરે ! બેટા તું પણ આવી છો. પરંતુ તું આવું કેમ બોલે છે ? પ્રતિમાને અહીં શું ખોટ છે ?"

દીદી બોલી.. "ખોટ તો કંઈ નથી બસ એટલી જ છે કે પ્રતિમાનું સાસરું હજી સુધી એનું ઘર નથી બની શક્યું. કે જ્યાં પોતાના પિયરીયા નું સ્વાગત એની મરજી પ્રમાણે કરી શકે."

સાસુ સમજી ગયા કે દીકરી નો ઈશારો કોના તરફ હતો.

કોઈ કાઈ બોલ્યા નહી પણ બધા બધું સમજી ગયા હતા.

સાસુ સમજી ગયા કે જેવું પોતે પોતાની દીકરી માટે વિચારે છે એવું વહુ માટે કેમ નહિ.

એમણે પોતાનો સ્વભાવ બદલ્યો અને ત્યારબાદ પ્રતિમાને એના સાસરે ઘર જેવો હક મળ્યો અને હવે એનો ભાઈ સંકોચ વગર વ્હાલી દીદીને મળી શકતો હતો.

18

મારું ઘર

"એય, વધારે જીભ ના ચલાવ મારી સામે, આટલી બધી તકલીફ થતી હોય તો ચાલી જા તારા બાપ ને ઘરે..." રંજીતે આંગળી બતાવતા પોતાની પત્ની આશા ને ગુસ્સા થી કહ્યું.

એક ઝેરીલા તીર જેવું વાક્ય આશા ના હદય ને ચિરતું આત્મા સોંસરવું ઉતરી ગયું.

આખરે એક પતિ પોતાની પત્ની ને આવું કંઈ રીતે બોલી શકે...બસ એટલા માટે કે લગ્ન પછી એક છોકરી પોતાનું પિયર છોડી પતિ ને ઘરે આવે છે??? એક પતિ આટલી મોટી વાત કેટલી સરળતા થી બોલી જાય છે જેથી એની પત્ની ચૂપ થઈ જાય.

આશા પણ ચૂપ થઈ ગઈ. કોઈપણ છોકરી એકવાર માતા પિતા નું આંગણું છોડી દે છે પછી તો એ મહેમાન બની ને જ પિયર આવે છે.

લગ્ન પછી આશા કેવી રીતે પિયર ચાલી જાય...?? ત્યાં જઈ ને શું કહે?? શું વીતે તેના માતા પિતા પર... અને સમાજ શું કહે ????

આ બધું વિચારી તે ચૂપ રહી.આશા નોહતી ઈચ્છતી કે એનો ઘર સંસાર વિખાય જાય. એના બંને બાળકો ગભરાઇ ને માં ને જોતા રહેતા અને આશા પોતાના આંસુ પી જાતી ને પોતાની ગૃહસ્થી સંભાળી લેતી.

રંજીત ને સારી નોકરી હતી. પોતાનું મોટું ઘર હતું. ઘરે કોઈ વસ્તુ ની કમી ના હતી. બસ બધા કામ એના હિસાબ થી થવા જોઈએ. પણ તે એ ભૂલી જતો હતો કે આશા નું પોતાનું પણ અસ્તિત્વ છે. તે રંજીત

ની બધી વાત પર માથું હલાવતી કઠ પૂતળી નથી. પરતું તે આશા ના અસ્તિત્વ પર જ્યારે પ્રહાર કરતો ત્યારે આશા એનો વિરોધ કરતી તો બસ એક વાત... "આટલી પરેશાની હોય તો ચાલી જા તારા બાપ ને ઘરે.."

આશા બેઇજ્જતી ના કડવા ઘૂંટ પી લેતી. પણ આ વખતે રંજીત ને શીખ મળી.

રવિવાર ની રજા હતી. રંજીત જમવાનું પતાવી ને આરામ થી પોતાના બેડ પર સૂતો હતો એટલા મા એની લાડકી દીકરી રડતી રડતી ત્યાં આવી...રંજીતે તેના આંસુ લૂછતાં પૂછ્યું, "શું થયું મારી ગુડિયા ને..? કેમ રડે છે ??

"પપ્પા, મોટી થઈ ને મારા લગ્ન થશે એટલે શું મારો પતિ મને ઘર માંથી કાઢી મૂકશે, અને કાઢી મૂકશે તો ત્યારે હું ક્યાં જઈશ??? ભાઈ કહે છે કે આ ઘર તો એનું છે કેમ કે તે છોકરો છે.

તે મને અહીં નઈ રહેવા દે. પપ્પા તમે મારા લગ્ન કરતાં જ નહી...!" અગિયાર વર્ષ ની દીકરી એ રડતા રડતા કહ્યું.

"અરે...ચૂપ થઈ જા બેટા. હું હમણાં જ ભાઈ ને ખિજાવ છું. આવું કેમ બોલ્યો.. તું ના રડીશ..અને તારા લગ્ન તો હું ખૂબ સારા ને સમજદાર છોકરા સાથે કરીશ." રંજીતે ભીની આંખે દીકરી ને સમજાવી.

"તો પપ્પા, નાનાજી એ મમ્મી ના લગ્ન તમારી સાથે કેમ કર્યા??? તમે તો મમ્મી ને હમેંશા નીકળી જા..નીકળી જા..બાપ ને ઘરે ચાલી જા એમ કહો છો. તમે તો સમજદાર નથી.." પિતા સામે એક માસૂમ દીકરી એ સચ્ચાઈ રાખી દીધી.

"અરે, બેટા તું હજુ નાની છે. તું રમવા જા. આ લે મારા ફોન મા ગેમ રમ."રંજીતે સહેલાઇ થી દીકરી ને મનાવી લીધી.

"રંજીત, દીકરી ના સવાલ નો જવાબ તમે આપ્યો નહી. જોકે એના સવાલ નો જવાબ તમારી પાસે હશે પણ નહી. રંજીત આપણી વચ્ચે બધું બરાબર છે, બસ તમારો અહંકાર ક્યારેક સંબંધ ને કમજોર બનાવી દે છે. લગ્ન સંબંધ ને જો દરેક સ્ત્રી નાની નાની વાત મા તોડવા લાગે તો દુનિયા માં ખૂબ ઓછા સુખી પરિવાર બચશે. ઝગડા નું કારણ કોઈપણ હોય, વાત કરી નિરાકરણ લાવી શકાય છે. પણ જ્યારે તમે કહો છો ચાલી જા, ત્યારે મારા દિલ પર શું વીતતી હશે એનો અંદાજો

પણ નહી હોય તમને. આ ઘર મારું નથી?? શું આ ઘર પર મારો કોઈ અધિકાર નથી?? કોઈ પણ સ્ત્રી નથી ઈચ્છતી કે પોતાની ગૃહસ્થી છોડી પિયર ચાલી જાય. આજે તમે તમારી દીકરી ના સવાલ નો જવાબ ના આપી શક્યા. વિચારો મારા પપ્પાને જ્યારે ખબર પડે કે કેટલીયેવાર મને આવું કહ્યું છે ત્યારે એમના પર શું વિતશે." આશા ની આંખો માંથી અવીરત આંસુ વહેતા હતા.

રંજીત ને પોતાની પત્નીની વેદના સમજાઈ. કારણકે આજે તે એક દીકરી નો પિતા બની ને વિચારતો હતો. એણે આશા ને કહ્યું.. "આશા,મે ક્યારેય નથી ઈચ્છયું કે તું આ ઘર છોડી ને ચાલી જાય, પરતું ગુસ્સા માં મારાથી બોલાય જાય છે. મને માફ કરી દે. હું વચન આપું છું કે હવે એવું ક્યારેય નહી થાય. આ ઘર પર તારો પૂર્ણ હક છે."

"રંજીત, વિશ્વાસ કરો અમે સ્ત્રીઓ પોતાના પ્રેમ, ઘર પરિવાર માટે કંઈપણ કરી શકીએ છીએ પણ અપમાન થાય તો અમારો આત્મા પણ વીંધાય જાય છે...!"આશા એ આંસુ લૂછતાં કહ્યું.

રંજીત ને આજે પોતાની ભૂલ નો અહેસાસ થયો.

19
પિયર

ફોન માં ત્રીજી રીંગ વાગતા જ રુચિ ઉતાવળે જઈ ચાર્જર માંથી મોબાઈલ કાઢી ફોન ઉપાડે કે ફોન કટ થઇ ગયો. એણે જોયું કે ફોન એની મોટી નણંદ ભાવના નો હતો. ત્યાં કુકર માં ચોથી સિટી વાગી ગઈ એણે ફોન પાછો ચાર્જર માં મૂક્યો અને ગેસ બંધ કરવા ભાગી.

રુચિ ના સાસુ કઈંક બીમાર હતા.રુચિ આજે તેમને ડોકટર પાસે બતાવી ને આવી,એટલે આજે રસોઈ બનાવવા મા થોડું મોડું થઈ ગયું.જલ્દી જલ્દી લોટ બાંધ્યો અને રોટલી બનાવવાનુ શરુ કરી દીધું.રોટલી બનાવતા બનાવતા જ કુકર ખોલી ને એણે દાળ નો વધાર પણ કરી દીધો.

બાળકો અને સાસુ ને જમવાનું આપ્યું.બપોર ના લગભગ ૨ વાગી ગયા હતા. હજુ પોતાના દુપટ્ટા થી પરસેવો લૂછી ને સોફા પર નિરાંત નો શ્વાસ લીધો કે રુચિ ના પતિ રોહિત આવી ગયા.

ચપ્પલ કાઢી હાથ ધોઈ ને બોલ્યા અરે ! રુચિ ચલો ભઈ જમવાનું આપી દે.

રુચિ એ જમવા આપ્યું.એટલી થાકી ગઈ હતી કે એણે વિચાર્યુ થોડીવાર રહી ને જમી લઈશ.રોહિતે પૂછ્યું પણ, સાથે કેમ નથી જમવું,રુચિ એ કહ્યું હું પછી જમી લઈશ.

રોહિત પણ જમી ને ચાલ્યો ગયો અને બાળકો રુમ માં વાંચવા જતાં રહ્યાં. પરીક્ષા આવતી હતી એમને. સાસુ આરામ કરવા ગયા.

        ત્યાં કામવાળી બાઈ પણ આવી ગઈ. રુચિ એ જલ્દી થી પોતાનું જમવાનું થાળી માં કાઢી અને બધા વાસણ એને આપી દીધા. બાઈ ના ગયા પછી થાળી લઇ ને રુચિ એક કોળિયો હજુ તો ખાવા ગઈ કે ફોન માં રીંગ વાગી.

        એણે જોયું નણંદ નો જ ફોન હતો, એ કંઈ બોલે કે નણંદ બોલી પડી અરે રુચિ સૂઈ ગઈ હતી શું ?

        ફોન તો જોઈ લેતી હોય, પહેલા પણ ફોન કર્યો હતો. માં સાથે વાત કરવી હતી, માં ને ફોન આપ જરા. તું આરામ કર ભાઈ

        રુચિ થાકી ગઈ હોવાથી પોતાની સફાઈ માં કાઈ બોલી નહિ. બસ સાસુ ને ફોન આપી આવી.

        મન વગર જમી લીધું અને સૂઈ ગઈ.

        થોડી વાર પછી બાળકો એ રુમમાં આવી કહ્યું કે ફઈ આવે છે અને કોમલ પણ આવશે. ખૂબ મજા આવશે.

        રુચિ ની ઉંઘ ઉડી ગઈ. પણ શું કરે ?? બે દિવસ પછી નણંદ અને એની દીકરી કોમલ ઘરે આવ્યા. બાળકો એ સ્કૂલ જાવાની ના કહી તો રુચિ એ એમને મનાવી ને સ્કૂલ મોકલ્યા.

        રાતે ઘરમાં બધા સ્વાદિષ્ટ ભોજન કરી વાતો કરતા હતા ત્યારે નણંદ બોલી..".રુચિ આ તો માં છે એટલે આવવાનું મન થાય બાકી તો શું પિયર !"

        એમની વાત સાંભળી રુચિ બોલી," દીદી આવું કેમ કહો છો. આ ઘર તમારું પિયર છે અને રહેશે. પણ તમારા મન માં એ વાત આવી છે તો કહી દવ કે ક્યારેક ક્યારેક પરિસ્થિતિ એવી બને છે કે હું સમય નથી આપી શકતી. તમે પણ મારી જેમ એક વહુ છો, તમે મને સમજી શકો છો. તમે આવું બોલી ને અમને અને માં ને દુ:ખી ના કરો. સબંધ બંને બાજુ થી નિભાવી એ તો સારું. તમે અહી માં ને મળવા આવ્યા છો પણ તમને કંપની તો હું જ આપુ છું. કોમલ ને બાળકો સાથે મજા આવે છે. તો પછી દરેક વખતે બોલવું કે માં છે તો પિયર છે એ તો ખોટું છે ને?"

        રોહિતે કહ્યું," દીદી તમે મારી બહેન છો, આ ઘર ની દીકરી છો અને આ ઘર તમારું પિયર હમેંશા રહેશે."

        વાત ત્યાંજ ખત્મ થઈ ગઈ.

સાસુ એ સવારે પોતાની દીકરી ને પાસે બોલાવી અને સમજાવ્યું કે," રુચિ મારું ધ્યાન રાખે છે, રુચિ નો ભાઈ આવવાનો હતો પણ બાળકો ની પરીક્ષા નજીક હોવાથી રુચિ એ એને ના પાડી. પણ તારા આવવા પર એણે કાંઈ કહ્યું નહી,તું સબંધ સાચવશે નહી તો કેમ ચાલશે? હું ના રહું તો પણ તારી માટે પિયર છે અને રહેશે."

માં ની વાત કદાચ એને સમજાઈ ગઈ. જતી વખતે રુચિ સાથે કઈ ના બોલી, પણ તે દિવસ થી એણે એમ કહેવાનું બંધ કરી દીધું માં છે ત્યાં સુધી પિયર છે.

20
ટોમ એન્ડ જેરી

"અરે ! શારદા..જરાક એક કપ ચા પિવડાવી દે..જમવાને તો હજી વાર છે ને.." મિશ્રાજી એ પેપર ના પાના ફેરવતા કહ્યું.

" હે..રામ ! વળી પાછી ચા ? સાંભળો જી હવે નહી બને ચા.પહેલા પણ ત્રણ કપ પી લીધી છે.હવે થોડીવારમાં જમવાનું છે.શું આખો દિવસ તમારા માટે ચા જ બનાવ્યા કરું ? ગુસ્સા માં પત્ની બોલી

" હા, હા ..હવે તો હું ઘરે રહુ એ તારાથી સહન નહિ થતુ. રિટાયર શું થયો તું તો એવું વર્તન કરવા લાગી જાણે હું કઈ છુ જ નહીં...પહેલા નોકરી હતી, દર મહિને સારો એવો પગાર આવી જતો ત્યારે તો કંઈ ના બોલી..હજી પણ પેન્શન આવે છે મારુ.તો પણ આ ઘરમાં શાંતિ નથી મને."પેપર ને ટેબલ પર ફેંકી ને મિશ્રા જી બોલ્યા.

" તમે પણ છો ને ,કેવી વાત કરો છો ?? મેં એવું કાઈ નથી કહ્યું.તમે મારી વાતો નો ખોટો અર્થ કાઢો છો.અને આમ પણ તમે જ્યારે નોકરી કરતા હતા ત્યારે ક્યાં ઘરમાં જ રહેતા હતા કે એવું બોલો છો કે શાંતિ નથી મળતી આ ઘરમાં.

હું તમારા જેવી જિંદગી ના જાણે કેટલાય વર્ષો થી જીવી રહી છું.આખો દિવસ ઘરની દીવાલો ને તાક્યા કરતી,આ ફર્નિચર સાથે વાતો કરતી.ક્યારેક કિચનમાં તો ક્યારેક રુમો માં ડોકાયા કરતી.દિવસભર એકલી જ રહેતી.તમે તો સવારે નીકળી જતા અને રાત્રે આવતા.હવે જ્યારે રિટાયર થઈ ગયા છો તો પેપર,ચા, નાસ્તો

,ખાવું પીવું અને દોસ્તો....

તમને હજી પણ મારી કોઈ ફિકર નથી.વિચાર્યું હતું કે તમે રિટાયર થઈ જાવ પછી આપણે બંને હરવા ફરવા જાશું.ક્યારેક સિનેમા જોવા જાશું,ક્યારેક મંદિરે તો ક્યારેક બીજા શહેરમાં ફરવા જાશું..પરંતુ તમને તો મારી કાંઈ દરકાર જ નથી.ના પહેલા હતી ના અત્યારે છે.હું બસ આખો દિવસ ચા બનાવવા જ આ ઘર માં આવી છું ને..તમે તમારા પગાર પર આટલું અભિમાન ન કરો કારણ કે તમે જે પગાર લઇ આવતા હતા એમાંથી હું બચત કરતી હતી અને આ મારું ઘર...મારું ઘર..કીધા કરો છો ને એતો ફકત મકાન હતું ..ઘર તો એને મેં બનાવ્યું છે.ચાલો હવે ૧૫ મિનિટ માં જમવાનું તૈયાર કરું છુ પછી જમી લેજો અને સાંજ ની ચા સમય પર મળી જશે ચિંતા નહી કરતાં."

પત્ની જી એ કેટલાય દિવસો નો ગુસ્સો આખરે ઠાલવી દીધો.

" આખો દિવસ ચિક ચિક ચિક કર્યા કરે છે.. નથી જમવું મારે.હું જાવ છું થોડા દિવસ મારા દીકરાની ઘરે.તું રહે તારા ઘરમાં ..અને જેમ રહેવું હોય એમ રહેજે.મને તું બધી વાત મા ટક ટક કરે એ પસંદ નથી.મારા જ ઘરમાં મારે કેટલું સાંભળવુ પડે છે.એના કરતાં તો સારું છે કે હું મારા દીકરાની ઘરે જઈને રહુ. કમ સે કમ ત્યાં મને શાંતિ તો મળશે.તારી આવી વાતોથી છુટકારો તો મળી જશે." પતિ પણ ગુસ્સાથી બોલ્યા.

" જવું હોય તો જરૂર જાવ.કાલે જવું હોય તો આજે ચાલ્યા જાવ.હું બિલકુલ ના નહી પાડું.પણ એટલું સાંભળી લેજો કે ત્યાં કોઈ નથી જે તમને ગરમા ગરમ રોટલી બનાવી ને ખવડાવે.ના તો દિવસ માં ચાર વાર ચા મળશે ત્યાં.તમારો દીકરો અને વહુ બંને નોકરી કરે છે.સવારે વહેલા નીકળી જાય છે અને રાતે મોડા આવે છે.તમારા માટે જાતે જ બનાવી લેજો તમારો નાસ્તો અને તમારી ચા." પત્ની જી પગ પછાડતી રૂમમાં ચાલી ગઈ

બંને વચ્ચે ની તું તું મેં મેં કઈંક વધારે પડતી વધી ગઈ હતી થોડા દિવસો થી.

પતિ જો રિટાયરમેંટ લાઇફ પોતાની રીતે એન્જોય કરવા માગતા હતા તો પત્ની જી પોતાની રીતે જીવવા માગતી હતી.

લગ્નને પિસ્તાલીસ વર્ષ થઈ ગયા હતા.

હવે તો એકબીજાની એવી આદત પડી ગઈ હતી કે અલગ રહેવું પણ સંભવ ન હતું.

પત્ની જી એ રસોઈ બનાવી લીધી હતી.પણ રિસાઈ ને રૂમમાં બેસી ગયા હતા.પતિદેવ પણ પરેશાન હતા.

એ દરમિયાન દીકરાનો ફોન આવ્યો..

" પપ્પા કેમ છો તમે લોકો..તબિયત સારી છે ને ? મમ્મીને કેમ છે ??"

" તારી મમ્મીને શું પરેશાની હોય..બસ મારી સાથે ઝગડો કર્યા વગર ચેન નથી પડતું એને.આખો દિવસ ટોક્યા કરે છે." પિતાજી એ ફરિયાદ કરી

દીકરાને બધી હકીકત સમજ મા આવી ગઈ એ બોલ્યો.." અચ્છા એમ વાત છે...તો તમે અહી આવી જાવ.દીદી થોડા દિવસ ત્યાં મમ્મી સાથે રહેશે."

" અરે તું તારી મમ્મી સાથે વાત કરી લે.." પિતાજીએ કહ્યું

દીકરાએ મમ્મી ને ફોન લગાડ્યો..

" મમ્મી, તમે લોકોએ જમી લીધું ? દીકરાએ માં ને પૂછ્યું

" અરે , તારા પપ્પા ચા પીવાનું બંધ કરે ત્યારે જમીએ ને..પરેશાન કરી દીધી છે." માં એ કહ્યું

દીકરો મનમાં ને મનમાં મલકાયો અને બોલ્યો.." અચ્છા , તો તમે એકલા જમી લો ! તમે બંને પણ ગજબ છો.બિલકુલ ટોમ અને જેરી ની જેમ છો.ઝગડો પણ કરો છો અને અલગ પણ નથી રહી શકતા."

આમ કહીને ફોન મૂકી દીધો.

એટલા માં અચાનક એક જોરદાર અવાજ આવ્યો.

એક બાજુ મિશ્રા જી અને એક બાજુ એના પત્ની ના દિલના ધબકારા વધી ગયા કે શું થયું..ક્યાંક..!!

બંને એકસાથે કિચનમાં દોડ્યા તો જોયું કે પવન થી એક સ્ટીલ નો ડબ્બો નીચે પડી ગયો હતો.

બંનેએ એક સાથે એકબીજા ને પૂછ્યું .." તમે બરાબર છો ને ..કાઈ થયું નથી ને..?"

એક મિનિટ માં બંને ના ચહેરા પર સ્મિત આવી ગયું.એ બંને જાણતા હતા કે ..બંને જણ એકબીજા ની કેટલી ચિંતા કરે છે.કોઈ એક

વગર બીજાનો આરો નથી.

મિશ્રા જી બોલ્યા.."હવે જમવાનું પીરસી દેજો પ્રિયે...ઘણી ભૂખ લાગી છે."

" ચાલો તમે ફ્રીઝ માંથી ઠંડુ બૂંદી નું રાયતું બહાર કાઢો.તમારી પસંદ ના દૂધી ના કોફ્તા બનાવ્યા છે.

પત્ની જી હસીને બોલી.

21
રીમેરીજ

બપોરના ભોજન બાદ અનિતા એના રૂમમાં સૂતી હતી.અને મોબાઈલમા આવેલા મેસેજ ચેક કરી રહી હતી કે અચાનક જ ઊઠીને બેસી ગઈ.

મેસેજ એની સહેલી નો હતો, એ મેસેજ એણે એકવાર નહી ત્રણ વાર વાંચ્યો.પોતાની આંખ પર વિશ્વાસ ન બેઠો.તો એણે તરત જ એને ફોન લગાડ્યો.

સામે ફોનમાં ત્રણ રીંગ વાગી પછી એની સહેલી આશાએ ફોન ઉઠાવ્યો.

"આશા, આ મેસેજ નો મતલબ શું છે ? શું આ સાચું છે ?વિશ્વાસ જ નથી થતો ." અનિતા એક શ્વાસે બોલી ગઈ

" હા અનિતા , આ સાચું જ છે.મેઘનાએ બીજા લગ્ન કરી લીધા છે. મને પણ કાલે જ ખબર પડી.બે મહિના થઈ ગયા છે.કોઈને ખબર ન હતી.ખબર નહિ મેઘનાએ આવું કેમ કર્યું ??" આશાએ કહ્યું

"પંચાવન વર્ષ ની ઉંમરે બીજા લગ્ન !! વિચારીને પણ મગજ કામ નથી કરતું. એનો તો દીકરો પણ પરણી ગયો છે ને. આ ઉમરે લગ્ન કરવાનો શું મતલબ છે ?? ખબર નહિ શું થઈ રહ્યું છે લોકોને. ત્રીસ પાંત્રીસ વર્ષની હોત તોયે સમજી શકાત પણ પંચાવન..!" અનિતા એ મેઘના ના લગ્નને ખોટા ઠેરવતા કહ્યું.

બંનેએ ફોન મૂકી દીધો.

પાસે ઉભેલી એની દીકરી પાંખી બધું સાંભળી રહી હતી. પાંખીએ કહ્યું.. "મમ્મી મેઘના આંટીએ લગ્ન કરી લીધા ?? વાઉ..! કેટલું સરસ. હવે એમને એકલા નહી રેહવું પડે."

"તુ તારું કામ કર.તને કાઈ સમજાઈ પણ રહ્યું છે કે શું વાત થઈ છે.. જા તારા રૂમમાં." માંએ આદેશ દીધો.

"પણ મમ્મી એક વાત કહો. આમાં ખોટુ શું છે ? આમ પણ મેઘના આંટી નો દીકરો એની સાથે રહેતો ન હતો..એતો એના સાસરે ઘરજમાઈ થઈને રહે છે ને.તો પછી મેઘના આંટી એકલા શુકામે રહે ? જો કોઈ લાઈફ પાર્ટનર મળી ગયા તો સારું જ તો છે." પાંખી એ એના વિચાર માં ને કહ્યા.

" હા, પણ સમાજમાં લોકો કેટલી વાતો કરી રહ્યા છે ખબર છે તને કાઈ.." માં એ ઉંચા અવાજે કહ્યું

"મમ્મી, જ્યારે મેઘના આંટીના હસબંડ ની ડેથ થઈ ગઈ ત્યારે કોણ હતુ એની પાસે.એમને પણ જીંદગી માં કોઈનો સાથ સહારો જોઈએ ને. એ એકલા શૂકામે રહે ? અગર કોઈ સાથી હોય તો વાંધો શું છે ? અને લોકોનું શું હોય ? લોકો તો હમેંશા બોલ્યા જ કરતા હોય છે.જ્યારે એમના દીકરાએ લગ્ન પછી પત્નીના પિયરમાં રહેવાનો નિર્ણય કર્યો ત્યારે પણ બધા બોલતા હતા,હવે બધા એ વાત ભૂલી ગયા.મમ્મી ,કોઈની વાતો કરવા કરતા આપણે એને સાથ આપવો જોઇએ." પાંખી મમ્મીને સમજાવતી રહી.

" અચ્છા અચ્છા...હવે અત્યારે તુ તારા રૂમમાં જા." મમ્મી એ એને જવાનું કહી દીધું.

એકદિવસ સાંજે અનિતા અને આશા બન્ને મેઘના ની ઘરે પહોંચી.બંને ને ત્યાં જવામાં થોડો સંકોચ થતો હતો.એમણે ડોર બેલ વગાડી.તો દરવાજો મેઘના ના પહેલા સાસુ કલાવતી જીએ ખોલ્યો.

કલાવતી જી ને જોઈને બંને ચોંકી ગઈ.

કલાવતી જીએ બંને ને અંદર બોલાવી.

બંનેની નજર મેઘના ને શોધી રહી હતી. ત્યાં જ અંદર થી મેઘના પાણી લઈને આવી.બધા આરામથી બેસી ગયા.

મેઘના એ હાલચાલ પૂછ્યા.પછી કલાવતી જી બોલ્યા.." તમારા બંને ને ચહેરા જોઈને એવું લાગે છે કે તમે ઘણું બધું પૂછવા માંગો છો.."

બંને નીચું જોઈ ગઈ.

કલાવતી જી બોલી.." અરે ! કંઈ વાંધો નહિ.સમાજ માં જ્યારે પણ કઈંક અલગ બને છે ત્યારે લોકો વાતો તો કરે જ છે. જુઓ સાચું કહું તો મારી વહુ મેઘનાએ જે કર્યું એ મને પણ પહેલા યોગ્ય નોહતું લાગ્યું.હું મારા દીકરા મુકેશની જગ્યાએ બીજા કોઈને કેવી રીતે જોઈ શકતી હતી ?પરંતુ મુકેશ ના અવસાન પછી જ્યારે પૌત્રે પણ એનો રસ્તો અલગ કરી લીધો ત્યારે હું સાવ ભાંગી પડી હતી.ત્યારે મેઘનાએ જ મને સંભાળી હતી.પતિનું મૃત્યુ ,દીકરો અલગ જતો રહ્યો..બિચારી કેટલું સહન કરી રહી હતી એ હું જ જાણું છુ.

એવા માં જ્યારે એની ઓફિસમાં મનોજ સાથે એની મિત્રતા થઈ ત્યારે મેઘના ના ચહેરા પર ફરી રોનક આવી.મનોજ ની પત્નીનું નિધન થઈ ગયું હતુ.કોઈ સંતાન પણ હતા નહી.મનોજ અને મેઘના ઘરે આવતા મારી સાથે વાતો કરતા. મારી સાથે સમય વિતાવતા.

મનોજ માં મને મારા દીકરાની છબી દેખાતી હતી.પણ જ્યારે બંનેએ લગ્નની વાત કરી ત્યારે હું પણ સમાજના રૂઢિવાદી વિચાર પકડીને ગુસ્સે થઇ ગઇ હતી અને મેં એના લગ્ન માટે ના પાડી દીધી હતી.પ્રૌઢ અવસ્થાએ લગ્નના નિર્ણય ને સમાજ કેવી રીતે સ્વીકારશે ?આ જ બધું મેં વિચાર્યું.પણ પછી મે મારી ખુદ ની તરફ જોયું.. તો લાગ્યું કે મેઘનાને કોઈ સાથી મળે છે તો હું શુકામે ના પાડું છું ? આખરે ના પાડવા વાળી હું કોણ ? દીકરાના ગયા પછી મેઘના એ ધાર્યુ હોત તો મારાથી અલગ રહી શકી હોત. પણ એણે મારી બધી જવાબદારી ઉપાડી તો આજે હું એની ખુશી મા અવરોધ શુકામે બનું ? બસ એજ સમયે મેં મંજૂરી આપી દીધી. હવે જોવો બધા સુખી છે."

અનિતા અને આશા ને મેઘના ની સાસુની વાત સમજમાં આવી ગઈ. એમણે મેઘનાએ ગળે લગાવી ને માફી માંગી અને સુંદર ભવિષ્ય માટે શુભકામના પણ આપી.

આશા બોલી.. "સાચે જ મેઘના, અમે તારા વિશે ખરાબ વિચાર્યું હતું પણ આજે અમારા સંકુચિત માનસ ને બદલ્યું તો સમજાઈ ગયું કે તું ખોટી નથી. અમેજ ખોટા હતા."

"મેઘના, એક પુરુષ જ્યારે બીજા વિવાહ કરે છે તો વધારે વાતો નથી ચગતી પણ એક સ્ત્રી માટે હજારો આંગળી ઉઠી જાય છે. અમે પણ

તારા વિરૂધ્ધ વાતો કરી હતી. અમને માફ કરી દેજે." અનિતા એ કહ્યું

"અરે, બસ હવે આ બધું છોડો અને ચલો બધા ચા પીએ." મેઘનાએ બધાને ચા ના કપ આપીને કહ્યું

એટલામાં મનોજ જી પણ આવી ગયા. એમણે આશા અને અનિતા ને નમસ્તે કર્યાં અને કલાવતી જી ને એની દવા આપીને કહ્યું ." મમ્મી, આ તમારી દવા લઈ આવ્યો છું."

બધાના ચહેરા પર સંતોષ અને પ્રસન્નતા ના ભાવ હતા.

22
કિશ્ત

સંગેમરમર ની ઉંચી ઉંચી ચટ્ટાનો ની વચ્ચે વહેતી નર્મદા નદી. આવા મનોરમ્ય દશ્ય થી કોની આંખો ને ઠંડક ના મળે..! ભેડાઘાટ(ધુઆંધાર) જેને જોવા માટે સહેલાણીઓ જબલપુર આવે છે. આ શહેરમાં જ રહે છે લતિકા.

એન્જિનિયરિંગ નું ભણવાનું પૂરું કર્યા પછી બેંગલોર માં ખૂબ જ સારી નોકરી મળી જવાથી ખુશ લતિકા પોતાનું પ્રિય શહેર છોડી ને બેંગલોર આવી ગઈ હતી.

લતિકા સરળ, સમજદાર,સુધડ છોકરી હતી, જેના કારણે લોકો ને એ પહેલી નજરે જ ગમી જાતી હતી. વિવાહ યોગ્ય થતાં જ સંબંધ માટે ઘણા બધા માંગા આવવા લાગ્યાં. લતિકાના પપ્પા ખૂબ સમજી વિચારી ને લતિકાના વિવાહ કરાવવા ઇચ્છતા હતા. જેવી રીતે દરેક છોકરી ના માતા પિતા ઇચ્છતા હોય છે કે એમની દીકરી ના વિવાહ એવા ઘર માં થાય જ્યાં તે હમેંશા ખુશ રહે...સુખી રહે..!

કંઈ કેટલાયે સંબંધો ની વચ્ચે એક સબંધ એમને સારો લાગ્યો. આ સબંધ નાગપુર નિવાસી ગુપ્તા જી ના ઘરે થી હતો. ગુપ્તા જી નો દીકરો સિદ્ધાર્થ ચાર્ટર્ડ એકાઉન્ટન્ટ હતો, જે મુંબઈ માં જોબ કરતો હતો, જો કે મુંબઈ મા એણે હજુ સુધી કોઈ ઘર નોહતું ખરીધું, પણ નાગપુર માં ઘણો મોટો બંગલો હતો એનો, જે બે વર્ષ પહેલા જ બનાવ્યો હતો. બંને પરિવાર એકબીજા ને મળ્યા.

લતિકા અને સિદ્ધાર્થે પણ એકબીજા સાથે વાત કરી. બંને એકબીજા ને મળી ને ખુશ હતા અને એમણે આ સબંધ માટે હા કહી દીધી. સિદ્ધાર્થ ના મમ્મી પપ્પા લતિકાથી ખૂબ ખુશ હતા. એમણે સગાઈ ની વિધિ પણ કરી દીધી. સગાઈ પછી વિવાહ ની તારીખ 6 મહિના પછી ની આવી.

આ સમયગાળા મા લતિકા બેંગલોર માં પોતાના કામ માં વ્યસ્ત હતી અને સિદ્ધાર્થ મુંબઈ માં. સિદ્ધાર્થ ના મમ્મી ની ઈચ્છા હતી કે આ વિવાહ ખૂબ ધામધૂમ થી થાય. લગ્ન ની તૈયારીઓ માટે ઘણીવાર એ લતિકા ના મમ્મી પપ્પા સાથે વાતો કરતી હતી. બંને પરિવાર વિવાહ માટે ખૂબ ખુશ હતા અને તૈયારીઓ માં વ્યસ્ત હતાં.

લતિકા બેંગલોર માં પોતાના કામ માં વ્યસ્ત હતી, પણ થોડા દિવસ પછી એને ટાઈફૉઈડ થઈ ગયો. લગ્ન ને બસ થોડો જ સમય બાકી હતો, એની બીમારી ની ખબર સાંભળતા જ મમ્મી પપ્પા એ એને પાછું જબલપુર આવવાનું કહી દીધું. લતિકા ના પપ્પા એ કહ્યું કે લગ્ન પછી આમ પણ એ બેંગલોર માં જોબ કદાચ ના કરી શકે, તો બેહતર છે કે એ જોબ છોડી દે અને વિવાહ પછી જ્યારે ઠીક લાગે ત્યારે ફરીથી શરૂ કરે.

લતિકા ને પણ પપ્પા ની વાત બરાબર લાગી, એ જાણતી હતી કે જોબ તો એને ક્યાંય પણ આરામ થી મળી જશે પણ પોતાની સેહત સાથે હવે કોઈ પણ સમજૂતી કરવા નોહતી માંગતી. એણે બેંગલોર ની કંપની માં રાજીનામું આપી દીધૂ એને જબલપુર આવી ગઈ. સિદ્ધાર્થ ને આ બધી વાત ની ખબર હતી

એક દિવસ સિદ્ધાર્થની મમ્મી એ જ્યારે જબલપુર ફોન કર્યો ત્યારે લતિકાએ ફોન ઉપાડ્યો અને લતિકાએ બધી હકીકત કહી દીધી કે તબિયત ખરાબ થવાથી એને બેંગલોર ની જોબ છોડવી પડી અને હવે લગ્ન ના થોડા મહિના પછી જ જોબ કરશે. કેમ કે તે પોતાની તબિયત પ્રત્યે ખૂબ ચિંતિત થઈ ગઈ હતી.

આ વાત સાંભળતા જ સિદ્ધાર્થ ની મમ્મી ના તો તેવર જ બદલાઈ ગયા...."અરે, એમ કેમ પૂછ્યા વિના નોકરી છોડી દીધી ?? કેટલી સારી નોકરી હતી. તબિયત સારી નોહતી તો મમ્મી પપ્પા ને ત્યાં બોલાવી લેવાઈ ને..? એવી સારી નોકરી ક્યાં મળશે હવે તને ?"

લતિકા પોતાની થનાર સાસુ ના મોઢે આવી વાત સાંભળી અચંબિત થઈ ગઈ.

એને તો એવી આશા હતી કે એની સાસુ એની તબિયત ની ચિંતા જાહેર કરશે.. પણ ઉલટું સાસુએ તો જોબ છોડી એની માટે ગુસ્સો બતાવ્યો.

લતિકા ને આ વાત કઈંક અજીબ લાગી. ફોન પર તો વધારે વાત ના થઇ.

ફોન રાખ્યાં પછી લતિકાએ પોતાના મમ્મી પપ્પા ને આ વાત સાફ શબ્દો માં બતાવી કે દાળ માં જરૂર કઈંક કાળું છે કદાચ એમને સિદ્ધાર્થ માટે મને એટલે પસંદ કરી કેમ કે હું જોબ કરુ છું.

કદાચ એમને મારી કમાણી માં વધારે લાલચ છે. સિદ્ધાર્થ તરફ થી ક્યારેય આવી કોઈ વાત નથી બની.

પરંતુ લતિકા ના પપ્પા ચિંતિત થઇ ગયા અને એમને પોતાના ઓળખીતા લોકો પાસે થી એ જાણવાની કોશિશ કરી કે,આખરે મામલો શું છે?? ત્યાર પછી એમને ખબર પડી કે એમણે જે બે વર્ષ પહેલા નાગપુર શહેર માં એટલો મોટો બંગલો ખરીદ્યો છે, એ બંગલો એમણે લોન પર લીધો છે. જેનું દર મહિને વ્યાજ ભરવાનું હોય છે. અને તેઓ એક એવી છોકરીની શોધ માં હતા જે સારી નોકરી કરતી હોય અને કમાતી હોય જેથી એની કમાઈ થી પોતાના ઘર ની લોન ચૂકવી શકે. આ વાત ની ખબર પડતાં લતિકા અને એના પરિવાર ને આઘાત લાગ્યો.

એમને એ વાત થી કોઈ પરેશાની ન હતી કે લતિકા ભવિષ્ય મા પોતાના પૈસા થી ખુદ નું ઘર બનાવે, પણ સાસુ સસરા ના આટલા મોટા ઘર ની એટલી મોટી લોન ચૂકવવા ની હિમ્મત લતિકા માં બિલકુલ હતી નહી.

લતિકા ને જોબ કરવી એ એનો અંગત નિર્ણય છે. અત્યારે ખરાબ તબિયત ના કારણે જોબ છોડવી પડી તો ભવિષ્ય મા જ્યારે પોતાના પરિવાર ને આગળ વધારવા પણ જોબ છોડવી પડે કે અન્ય કારણ થી, પણ એ એનો ખુદ નો નિર્ણય હોવો જોઇએ. જોબ કરવી એની મજબૂરી ના હોવી જોઇએ. લતિકાએ સિદ્ધાર્થ ને આ બાબતે ચોખવટ થી વાત કરી. એને સિદ્ધાર્થ ને કહ્યું કે બેશક હું તમારી પત્ની બનવા તૈયાર હતી, પણ મને લોન ભરવાનું મશીન બનવામાં કોઈ દિલચસ્પી નથી...!

લતિકા એ સિદ્ધાર્થ સાથે ના પોતાના સબંધ ને ત્યાં જ વિરામ આપી દીધો. સિદ્ધાર્થ પણ લતિકા ને આ વિશે પોતાની સફાઈ ક્યારેય ના આપી કેમ કે એ જાણતો હતો કે ભૂલ પોતાના તરફ થી થઈ છે.

મમ્મી પપ્પા એ હેસિયત બહાર એટલું મોટું ઘર એમ વિચારી ને ખરીદી લીધું કે સિદ્ધાર્થ ની પત્ની વર્કિંગ વુમન હશે અને લોન ચૂકવશે..!

23
પ્રોફેસર સાહેબ

ઘરમાં આજ નો દિવસ બધાના માટે રોજ કરતા અલગ હતો.ઉપાધ્યાય જી પણ ગઈ રાત્રે સૂઈ શક્યા નોહતા.જે કોલેજ માં એમણે ના જાણે કેટલા છોકરાઓને ભણાવ્યા,કેટલા લેક્ચર લીધા,કેટલાય ને ધમકાવ્યા પણ હતા..આજે એ કોલેજ માં એનો અંતિમ દિવસ હતો.

કાલ થી ના તો કોલેજ જવાની ઉતાવળ હશે કે ના તો કોઈ નોટ્સ બનાવવવાના હશે. સ્ટુડન્ટસ ના કોઈ મેસેજ પણ નહી હોય.

ઉપાધ્યાય જી માટે આ દિવસ કઈંક એવો હતો કે જેના માટે નાતો ખુશ થઈ શકતા હતા કે ના તો દુ:ખી હતા. કારણ કે તેઓ હંમેશા કહેતા હતા કે નોકરી માંથી રિટાયર થઈ બસ આરામ કરવો છે પણ આજે આરામ શબ્દ કઈંક સારો નોહતો લાગી રહ્યો.

શાલિની જી રોજ ની જેમ સમય પર ચાનો કપ લઈને એમની પાસે આવી ને બોલી.."પ્રોફેસર સાહેબ, લો તમારી ખાંડ વગર ની મોળી ચા.જલ્દી કરો..."

" અરે ! મેડમ જી કાલ થી તો તમને આ સમય પર ચા આપવાની વર્ષોની આદત માંથી છુટકારો મળી જશે. કાલ થી હું જાતે જ બનાવીશ." પ્રોફેસર સાહેબ બોલ્યા.

" અચ્છા, અચ્છા.. બનાવી લેજો. આજે તો પી લો. કાલ ની વાત કાલે." શાલિની જી પતિ ના હ્રદય ની પીડા ને સમજી શકતા હતા.

આજ થી પહેલા ન જાણે કેટલીવાર એમણે કોલેજ માં પ્રવેશ કરતા સમયે ત્યાં ઉભેલા ચોકીદાર ને જોયો હતો પણ આજે કઈક અલગ હતું.ઘરે થી કોલેજ સુધી પહોંચવાનો રસ્તો ઘણો જ અલગ દેખાય રહ્યો હતો.

તે વિચારતા હતા કે હવે ના જાણે ક્યારે આ રસ્તા પર આવવા મળશે.

રોજ લેક્ચર લેવાની ઉતાવળ મા ક્યારેય કોલેજ ના ગેટ પર નજર ગઈ જ નોહતી.પણ આજે એમની આંખો જાણે દરેક ચીજ ને હદય માં વસાવવા માગતી હતી.

અંદર પ્રવેશ કરતી વખતે અનેક વિદ્યાર્થીઓ એ એમનું સ્વાગત કર્યું.એમના ચહેરા પર ખુશી અને ધન્યવાદ ના ભાવ ઉપસી આવ્યા હતા.

પ્રિન્સિપાલ થી લઈને બધા જ સાથી અધ્યાપકો એ એમને ફૂલહાર તથા શબ્દો થી સન્માનિત કરીને કોલેજ ના અંતિમ દિવસ ને અતિ ભાવુક બનાવી દીધો.

આજે બધા એમની સાથે વાત કરવા ઉત્સુક હતા.સ્ટુડન્ટ્સ બોલ્યા ..." સર, હવે અમારા ડાઉટસ કોણ સોલ્વ કરશે ??"

સ્ટુડન્ટ્સ નો પોતાના પ્રત્યે નો પ્રેમ અને સન્માન જોઈને ઉપાધ્યાય જી નિ:શબ્દ થઈ ગયા.વિદ્યાર્થીઓને એના સોનેરી ભવિષ્ય માટે શુભકામનાઓ આપીને એમણે ત્યાંથી વિદાય લીધી.

કોલેજ ની લાઇબ્રેરી,લેબ, કેંટીન,સ્ટાફ રૂમ, ઓડિટોરિયમ,સ્પોર્ટ્સ ગ્રાઉન્ડ,ડ્રામા રૂમ બધી જગ્યાને એક પછી એક જોઈ લીધી.

બપોર સુધીમાં કોલેજ થી નીકળી ને ઘર તરફ પાછા વળી ગયા.

મનમાં સવાલ હતા કે .." હવે શું કરીશ ??શું ઘરના લોકો નો મારા પ્રત્યે વ્યવહાર બદલાઈ જશે ??શું આખો દિવસ ઘરમાં બેસી રહેવું મારા માટે બેચેની નું કારણ તો નહી બની જાય ને ??

એમના ચહેરા પર અનેક ભાવ હતા .

ઉપાધ્યાય જી ઘરે આવ્યા અને જોયું કે ઘર ફૂલો થી સજાવેલું હતું.ક્યાંક દીવા પ્રગટાવ્યા હતા તો ક્યાંક વેલકમ લખેલું હતું.ટેબલ પર એક કેક રાખી હતી.દીકરો અને વહુ એના ફોટા પાડતા હતા.પત્ની જી સુંદર સાડી પહેરીને આવી અને એમની આરતી ઉતારી.

ઉપાધ્યાય જી ના ચહેરા પર ખુશી છવાઈ ગઈ. જે સવાલ એને પરેશાન કરતા હતા એ ક્યાંક અદૃશ્ય થઈ ગયા.

" મમ્મી,તમે અને પપ્પા સાથે ઊભા રહી જાવ. ફોટો પાડી લવ." દીકરો બોલ્યો

વહુએ પ્રોફેસર સાહેબ ની પસંદ ના રફી સાહેબના ગીતો ચાલુ કરી દીધા. ઉપાધ્યાય જી અંદર ગયા અને પત્ની ના કહેવા પર કપડા બદલી લીધા.

થોડીવાર મા એમના ખાસ મિત્રો પણ આવી ગયા. જેને જોઈને ઉપાધ્યાય જી ની ખુશી ડબલ થઇ ગઈ..

"અરે ! આટલું બધું કરવાનું શું જરૂર હતી ? નિવૃતિ નો જશ્ન શું મનાવવાનો હોય ?" ધીરે થી પત્નીના કાન માં કહ્યું.

" તમે તમારી કોલેજ માંથી રિટાયર થયા છો.બીજા કામો માંથી નહી." પત્નીએ હસતા હસતા કહ્યું

જમી લીધા બાદ બધા વાતો મા મશગુલ હતા કે ત્યાંજ પુત્રવધૂ એ સસરાજી ને કહ્યું " પપ્પા, આવો તમારા માટે બીજુ કઈંક પણ છે."

" અચ્છા !!

ગેસ્ટ રૂમનો દરવાજો ખોલતા જ ઉપાધ્યાય જી વિસ્મિત થઈ ગયા.

રૂમમાં બિલકુલ કોલેજ ની જેમ જ

સેટઅપ કર્યું હતું.

વ્હાઈટ બોર્ડ,માર્કર પેન,ટેબલ પર પુસ્તકો અને લેપટોપ પણ મૂકેલું હતું.

"અરે !! આ શું છે ?"

" આ બધું તમારા માટે દીકરા વહુએ કર્યું છે.એટલે તો ત્રણ ચાર દિવસ થી તમને આ રૂમમાં જવા દીધા નહી " પત્ની જી એ ભેદ ખોલ્યો

પુત્રવધૂ એ ઉપાધ્યાય જી ના હાથ માં એક વિઝીટિંગ કાર્ડ આપ્યું.

" પપ્પા આ જોવો તમારા નામની વેબસાઇટ, તમારા નામની ચેનલ પણ તૈયાર છે.બસ ! હવે તમે ઘરમાં રહીને પણ સ્ટુડન્ટ્સ ને ભણાવી શકશો.તમારી અનુકૂળતાએ અને તમારી મરજી થી." પુત્ર એ લેપટોપ બતાવતા કહ્યું

" તમે પુસ્તકો વિના કેમ રહી શકો.પુસ્તકોમાં તમારો આત્મા વસે છે તો દીકરા વહુએ આ સુજાવ દીધો અને મને પણ આ વિચાર પસંદ

પડ્યો." પત્ની જી એ કહ્યું

આજનો દિવસ એમના માટે આટલું બધું લઈને આવશે એનો ઉપાધ્યાય જી ને અંદાજો પણ હતો નહી.એમને ખુશી હતી કે રિટાયર થયા પણ અને નહી પણ.

" હું તો ઘણા બધા વિડિયો બનાવીશ.જેને પણ મારી પાસે ભણવું હશે એ ભણી શકશે.મારા બધા નોટ્સ હું વેબસાઈટ પર મૂકી દઈશ.." ઉપાધ્યાય જી નો ઉત્સાહ એના શબ્દો માં ઝળકી રહ્યો હતો.

" હા, પણ સાથે સાથે તબિયત ની સૌથી પહેલા કાળજી રાખજે." મિત્ર એ કહ્યું

રાત્રે બધા મિત્રો ચાલ્યા ગયા.

ઉપાધ્યાય જી પુત્ર ,પુત્રવધૂ અને પત્નીને ધન્યવાદ આપવા લાગ્યા.

" તમે લોકોએ ઘણું સરસ કામ કર્યું. હું તો વિચારતો હતો કે સમય કઇ રીતે પસાર થશે. પણ આ ઈન્ટરનેટ દ્વારા દુનિયા સાવ નાની થઈ ગઈ છે."

" જી હા, તમે પ્રોફેસર સાહેબ હતા અને હમેંશા રહેશો. એટલે તમારી ચેનલ નું નામ છે પ્રોફેસર સાહેબ.." પત્ની હસતા હસતા બોલી.

24
ધરમાં રાજ

કવિતા એના કોઈ સગા સાથે ફોન મા વાત કરી રહી હતી.

" અરે હા .! આજકાલ તો ઘરમાં સુનિતા નું જ ચાલે છે. માં તો બિચારી બે ટાઇમ જમવાના સમયે આવે છે. સુનિતા ની જેમ મરજી હોય એમ જ ઘરમાં થાય છે."

સુનિતા ની નણંદ કવિતાએ એના સબંધી સાથે વાત કરતા કરતા કહ્યું

"સાચી વાત છે, સુનિતા માં ધણું પરિવર્તન આવી ગયું છે. પહેલા એકદમ શાંત હતી. હવે ત્યાં પહેલા ની જેમ ના તો આવકારો મળે છે ના તો આદર સત્કાર મળે છે. ઘરમાં બધા કામ માટે નોકર પણ રાખી લીધા છે સુનિતાએ." સબંધી સરોજે કહ્યું

બંને ની ફોન પર ની વાતચીત પૂરી ના થાત જો કવિતા ના ઘરમાં ડોર બેલ ન વાગી હોત.

કવિતા સુનિતા ની મોટી નણંદ હતી જેને જરૂરત થી વધારે માન સન્માન ની અપેક્ષા રહેતી હતી. એના જ ઘરની વહુ વિશે અપશબ્દ કહેતા બિલકુલ અચકાતી નોહતી.

બીજી બાજુ સુનિતાએ બધી સંભવ કોશિશ કરી હતી કે પોતાની ફરજ બજાવવામાં કોઈ કચાશ ન રહે.કોઈને ખોટું ના લાગે પરંતુ તો પણ લોકો કંઈ ને કંઈ મીનમેખ કાઢ્યા જ કરતા હોય છે.

આજે સુનિતા ની સાસુ નો જન્મ દિવસ હતો.સુનિતાએ બધાને ખૂબ આદરભાવ થી બોલાવ્યા હતા.સુંદર ડેકોરેશન કર્યું હતું.થોડી રસોઈ ઘરે બનાવી હતી અને થોડી બહારથી મંગાવી લીધું હતું.

સાસુ એ બૂમ પાડી.." સુનીતા, કવિતા ને ફોન કર.પૂછ ક્યારે આવે છે."

સુનિતાએ જવાબ મા કહ્યું...." મમ્મી જી, દીદી નીકળી ગયા છે હમણાં આવી જશે.તમે નીચે આવી જાવ."

થોડા મહેમાન આવી ગયા હતા.સુનિતા બધા માટે ચા પાણી ની વ્યવસ્થા કરી રહી હતી.

સાસુ પણ નીચે આવીને બધા સાથે વાતે વળગી ગયા...એ બોલ્યા " બસ , કવિતા આવી જાય..! તો રોનક આવી જાય.દીકરો તો ટુર પર ગયો છે.આ સાડી કવિતાએ આપી છે.એ મારી બોવ ચિંતા કર્યા કરતી હોય છે."

સુનિતા ને કાને બધી વાતો પડતી હતી.

એટલામાં કોઈએ કહ્યું.." આજકાલ તો ઘરમાં વહુઓ નું રાજ ચાલે છે.સાસુ તો બસ એના રૂમમાં જ પડી રહે એમજ એ ઇચ્છે છે.

હવે તો સુનિતા ની સહનશક્તિ પૂરી થઈ ગઈ હતી.એની નણંદ પણ આવી ગઈ હતી.

હજી નણંદ કાઈ બોલે ત્યાંજ સુનિતા એ બોલવાનું શરૂ કરી દીધું.." તમે બધા જાણો જ છો કે આ ઘરમાં આવ્યે મને પુરા ૨૩ વરસ થઈ ગયા છે.મારી ઉમર પણ ૪૫ વરસ ની થઈ ગઈ છે.જ્યારે હું પરણી ને આ ઘરમાં આવી હતી ત્યારે મમ્મી જી પણ લગભગ આટલી ઉમર ના હતા.

તમને બધાને લાગે છે કે આ ઘરમાં મારું ચાલે છે તો કહો કેવી રીતે ??

જ્યારે નવી પરણી ને આવી હતી ત્યારે મમ્મી જી ના કહેવા મુજબ જ કરતી હતી.થોડા સમય બાદ માં બધું સમજી લીધું અને એ પ્રમાણે કરવા લાગી.અત્યારે પણ પહેલાની જેમ જ કામ થાય છે બસ હવે રોજ રોજ પૂછતી નથી.અને બીજુ ,મમ્મીજી ની પસંદ ના પસંદ ની ખબર પડી ગઇ છે એટલે એજ પ્રમાણે સામાન આવે છે.જ્યારે નવી નવી આવી હતી ત્યારે બધાએ મારી પાસે થી ઉમ્મીદ રાખી હતી કે હું ઘર ની

બધી જવાબદારી ઉપાડી લવ જેથી મમ્મી જી આરામ કરે.હવે જ્યારે એમજ થાય છે તો તમે કહો છો જે રૂમમાં બેસાડી દીધા છે ..

જે સાડી મમ્મીજી એ પહેરી છે એ સાડી પણ મેં જ દુકાનમાં પસંદ કરી હતી.દીદીએ સાડી એની પાસે રાખી લીધી હતી અને કહ્યું હતું કે હું આપી દઈશ મમ્મીને ...માનું છું કે ઘરકામ માટે મેં કામવાળી રાખી લીધી છે કારણ કે હવે હું પણ થાકી જાવ છું.કામવાળી તો દીદી ના ઘરે પણ છે. મેં એવું કાઈ નથી કર્યુ જેનાથી તમે એવું સમજો કે ઘરમાં મારું રાજ ચાલે છે.અને આ ઘર આપણા સૌનું તો છે.મારું જ ચાલે છે એવું કેમ વિચારી લીધું બધાએ ?

રોજ રસોઈ શું બનશે ?એ બધાની મરજી પ્રમાણે બને છે.લગ્ન પ્રસંગે કેટલો વ્યવહાર કરવો એ મમ્મી જી નક્કી કરે છે.ફોન ભલે હું પહેલા ઉપાડું પણ વાત તો મમ્મી જી પણ કરે છે.ઘર ખર્ચ ની જવાબદારી પહેલા થી જ મને સોંપી દીધી છે એટલે હું જ સંભાળુ છું.મારા માટે હું મારી પસંદગી ની શોપિંગ કરું છું તો કદાચ એ તો ખોટું નથી.હવે સમજાવો મને કે ઘરમાં મારું જ ચાલે છે એનો મતલબ શું છે ???"

બધા ના મોં જાણે સિવાય ગયા હતા.સાસુ ,નણંદ બંને એકબીજા માં મોઢા જોવા લાગી.

આજે સુનિતા ની દરેક વાત સાચી હતી.

એટલામાં એક મહેમાને ચુપકીદી તોડી અને કહ્યું.." સુનિતા બરાબર કહી રહી છે, વહુ આવે એટલે દરેક સાસુ ની ઈચ્છા હોય છે કે ઘણા બધા કામ વહુ સંભાળી લે અને જ્યારે વહુ એમ કરવા લાગે છે તો સાસુ ને લાગે છે કે ઘર પરનું પોતાનું આધિપત્ય ખતમ થઇ ગયું છે .આ તો ખોટું કહેવાય."

સાસુ વધારે કાઈ બોલ્યા નહી બસ એટલું કહ્યું.." હા સાચું કહે છે તું.."

નણંદ રાણી બોલી.."ચલો હવે કેક કાપીએ.આ બધી વાતો પછી ક્યારેક કરશું."

સુનિતા એ આજે એની વાત ને બધા સામે રજૂ કરીને હળવાશ અનુભવી. છેલ્લા ઘણા વરસો થી આ બધી વાતો એને પરેશાન કરી રહી હતી.પરંતુ આજે એને શાંતિ મળી.

સુનિતા ને આશા હતી કે ઘરની વહુ વિશે વગોવણી કરતા પહેલા કોઈ એકવાર વિચાર જરૂર કરશે.

25
ટિફિન સર્વિસ

" અરે ! ચૂપ રહે તું, ખોટે ખોટું મારું મગજ ગરમ ના કર.આમ પણ આટલી પરેશાની છે અને તું બક્વાસ કરે છે.તને શું લાગે છે..તું જે કહે છે એમ કરવાથી બધું ઠીક થઈ જશે ?? ઘરના કામો માં ધ્યાન રાખ સમજ ! મારે પૈસા કેમ કમાવા એ વાત તું તો ના જ સમજાવ.જા જઈને રસોઈ બનાવ,એજ કામ આવડે છે તને. દિલીપે રેખાને ખીજાય ને કહ્યું.

" બેટા, કેમ ખીજાય છે રેખા ને.એ જે કહે છે એ શાંત મન થી એકવાર સાંભળી તો લે." માં એ દિલીપ ને કહ્યું.

" અચ્છા! એક વાત કહો.. તમને શું લાગે છે કે આ ટિફિન સર્વિસ થી ઘર ચાલશે ??? હું લોકોના ઘરે ટિફિન આપતો ફરીશ ?? તમારા બંને નો મગજ ખરાબ થઈ ગયો છે." દિલીપે માથું પકડતા કહ્યું.

" બેટા, આ કોરોના એ તારી નોકરી છીનવી લીધી. છેલ્લા ત્રણ મહિના થી એક રૂપિયો ઘર માં નથી આવ્યો.બચત ના પૈસા બેંક મા મૂક્યા હતા તે પણ ક્યાં સુધી ચાલશે.ઉધાર પણ કેટલા પાસે થી લેતો ફરીશ.વહુ ના હાથ માં કળા છે.એને કોશિશ કરવા દે.બધું બરાબર ચાલશે તો ઠીક છે નહિતર બંધ કરી દેશે.આમ પણ તને અત્યારે નોકરી મળી જાય એવા એંધાણ દેખાતા નથી.બાળકોની સ્કૂલ ની ફીસ,ઘર નો ખર્ચો,દવાઓ, ઘર ના હપ્તા આ બધું બંધ તો નહી કરી શકાય ને ?? ખર્ચો કેમ નીકળશે.

તું એકવાર એને આ કામ કરવા દે. તને ડર કાઈ વાત નો છે ?? માં એ પૂછ્યું

" સારુ માની લીધું કે હું હા કહું છું પણ પછી સમાજ માં આપણી ઈજ્જત શું રહેશે ? લોકો મજાક કરશે.દિલીપે દલીલ કરી.

" સમાજ..? કેવો સમાજ ?? શું સમાજ રાહુલ ની ફીસ ભરશે ??? શું સમાજ મમ્મી જી ની દવાઓ લઈ આવશે ??આ ઘરના હપ્તા ભરવા ક્યો સમાજ આવશે ?? કહો મને...રેખા એ ઉંચા અવાજે પૂછ્યું.

દિલીપ પાસે કોઈ જવાબ હતો નહી.ગુસ્સા માં આવી ને એ ઘર ની બહાર જવા લાગ્યો જતાં જતાં એટલું કહેતો ગયો.." ઠીક છે! જેને જે મન થાય તે કરો..આખરે મારું કોણ સાંભળવા નું છે..કરી લો તમારા મન ની..હું પણ જોવ તું શું કરી શકે છે."

સાસુ અને વહુએ મળી ને બીજે દિવસથી જ ટિફિન સર્વિસ શરૂ કરવાનો નિર્ણય કર્યો.સાસુ પણ વહુ ને મદદ કરવા તૈયાર થયા.

આસપાસ ના ઘરો માં લોકો ને જઈ ને કહ્યું કે તેઓ નવો બિઝનેસ શરૂ કરે છે જેમાં તે ઘરનું બનાવેલ જમવાનું લોકો સુધી પહોંચાડશે.જે કોઈ ને જરૂર હોય એ એમને ફોન કરે.

એમના પડોસી ઓ એ એમને સલાહ આપી... "તમે એક વોટ્સપ ગ્રુપ બનાવો.એક દિવસ પહેલા જ બીજા દિવસ નું જમવાનું લિસ્ટ ગ્રુપ મા મૂકી દેવાનું.જેથી જેને પણ જમવાનું મગાવવું હોય તે રાત્રે જ ઓર્ડર આપી શકે અને બીજા દિવસે સવારે એમને સમયસર ઓર્ડર મળી જાય.

રેખાએ ફટાફટ પોતાનો ફોન લીધો અને પોતાના નવા કામ માટે વ્હોટસએપ પર એક ગ્રુપ બનાવ્યું. એમણે ગ્રુપ નું નામ અન્નપૂર્ણા રાખ્યું. બીજા દિવસે શું જમવાનું બનાવવું એ સાસુ વહુ વિચારવા લાગ્યા.સાસુએ કહ્યું.." શરૂઆત કઈંક મીઠાઈ થી કરીએ."

એમણે વિચાર્યું હલવો,પૂરી અને ચણા નું શાક બનાવીએ.વહુએ કહ્યું .." હા, ઠીક છે એમ જ કરીએ.

એણે પોતાના ગ્રુપ મા મેસેજ કરી દીધો...

"અન્નપૂર્ણા ટિફિન"

કાલે બપોર ના જમવા માં પૂરી,ચણા અને હલવો (૧૫૦ગ્રામ)

જે કોઈને જોઈએ તે રાત ૧૨ વાગ્યા સુધીમાં વ્હોટસએપ ગ્રુપ માં મેસેજ મોકલી શકે છે.

દિવસભર એણે પોતાનું ગ્રુપ ધણા લોકો ને મોકલ્યું.

થોડા લોકોએ એના ગ્રુપ ને join પણ કર્યું. રેખાની રસોઈ વિશે સૌને ખબર હતી કે રેખા ખૂબ સરસ અને સ્વાદિષ્ટ રસોઈ બનાવે છે,એટલે ઓળખીતા લોકો તો ગ્રુપ મા જોડાઈ ગયા અને એને થોડો ઓર્ડર પણ આવી ગયો.

પહેલો ઓર્ડર મળતાં જ રેખા ખુશી થી ઝૂમી ઉઠી.એને લાગ્યું કે બસ આ કામ મારે પૂરી ઈમાનદારી અને મહેનત થી કરવાનું છે.પહેલે દિવસે ઓછો ઓર્ડર મળ્યો પણ એણે પૂરી લગન થી સ્વાદિષ્ટ હલવો, દેશી ચણા અને પૂરી બનાવ્યું અને સમયસર કસ્ટમર ને પહોંચાડી પણ દીધું.

તે પછી ના દિવસ ની તૈયારી માં લાગી ગઈ.સાસુ વહુ બંને મળી ને બીજા દિવસે શું બનાવવું એ નક્કી કરી લેતા અને ગ્રુપ મા મુકી દેતા.લોકો ને ખબર પડતી અને જરૂરિયાત અનુસાર એને ઓર્ડર આપતા.

લગભગ ૧૫ દિવસ વિતી ગયા હતા. રોજ ના ૮ થી ૧૦ ઓર્ડર એને મળવા લાગ્યા,છતાં પણ રેખાને લાગતું કે કામ વધારવું જોઈએ એટલે એણે નાસ્તા નો ઓર્ડર લેવાનું શરૂ કરી દીધું.

ચેવડો, મઠરી,ખાખરા આ બધું પણ હવે કિલો ના હિસાબ થી વેચવા લાગી.શનિવાર અને રવિવારે તે નાસ્તા ના ઓર્ડર લેતી હતી.

આ બધું કામ એના માટે સરળ ના હતું ખૂબ મહેનત કરવી પડતી.રાતે થાકી ને ચૂર થઇ જતી અને પથારી માં પડતાં જ સૂઈ જાતી.

દિલીપ અત્યાર સુધી એ કામ ને બસ રેખા ની અણસમજ અને જીદ સમજતો હતો પણ જ્યારે એણે જોયું કે રેખા અને માં ખૂબ મહેનત કરી પોતાનું કામ કરે છે,તો એને લાગ્યું કે કેમ ના હું પણ એમની મદદ કરું.

રેખાએ રસોઈ બનાવી જેવું ટિફિન માં ભર્યું , ત્યાં જ દિલીપે કહ્યું .."કોના ઘરે પહોચાડવાનું છે..ચિઠ્ઠી લગાવી દે, હું આપી આવીશ. ધોમ તડકો છે તું ક્યાં ક્યાં જઈશ. તું હવે થોડો આરામ કર."

પતિ નો સાથ મળતા જ જાણે રેખામા એક નવી શક્તિ આવી ગઈ અને તે ખુશ થઈ કે એનો પતિ પણ એના કામમાં મદદ કરવા તૈયાર થયા. હવે માં દીકરો અને વહુ ત્રણે મળી ને અન્નપૂર્ણા ચલાવવા લાગ્યા.

દિલીપે પણ આ નવા કામ વિશે લોકો ને કહ્યું.એના ઓળખીતા લોકોએ પણ ઓર્ડર આપવાનું શરૂ કર્યું. ૬ મહિના થવા આવ્યા ત્રણે મળી ને હિસાબ કિતાબ કર્યો તો એમને એવું લાગ્યું કે હવે કઈક ફાયદો થાય છે.પહેલા ત્રણ મહિના ક્યારેક થોડું નુકશાન પણ થયું અને ક્યારેક ફાયદો ના બરાબર.

રેખાની રસોઈ ના વખાણ દૂર દૂર સુધી થવા લાગ્યા અને દૂર ના ઓર્ડર પણ મળવા લાગ્યા.દિલીપે પણ માં અને પત્ની ને ઘણો સાથ આપ્યો.

કરિયાણું લાવવું,ઓર્ડર પહોંચાડવો આ બધું દિલીપ કરી લેતો.વર્ષ ની અંદર અંદર રેખા ની રસોઇ વિશે ઘણા લોકો ને ખબર પડી ગઈ હતી અને હવે એને પાછું વાળી જોવાની જરૂર ના હતી.

એને ના ફકત પોતાની મહેનત પર વિશ્વાસ હતો પણ ઈશ્વર ઉપર પણ ભરોસો હતો કે એની મહેનત ક્યારેય વ્યર્થ નહી જાય અને પોતાની મહેનત થી ઘર સંભાળી લેશે.

વર્ષ થઈ ગયું, બેશક કોરોના ખત્મ ના થયો, પણ જે કોરોના ને લીધે દિલીપ ની નોકરી ગઈ અને દિલીપ નો પરિવાર સંકટ માં આવી ગયો એનું નિવારણ થઈ ગયું.

રેખા ને પણ પોતાના જીવનમાં એક મકસદ મળી ગયુ, એને પણ લાગ્યું કે પોતાનું ઘર ખુદ ચલાવી શકે છે અને દિલીપ પોતાની ભૂતકાળની વાતો ને યાદ કરી આજે પણ શરમિંદા થાય છે કે એક વર્ષ પહેલા એણે પત્ની ની આ વાત ને મૂર્ખાઈ માં ગણાવી હતી અને ઘણું સંભળાવ્યું હતું. પણ આજે રેખા ની કળા,રેખા નું હુનર જીતી ગયા અને એ વાત ને સમજી ગયો કે કોઈપણ કામ નાનું કે મોટું નથી હોતું. જો મહેનત અને લગ્ન થી કરીએ .

પરિવાર નો સાથ મળે તો દરેક માણસ સફળતા મેળવી શકે અને મુશ્કેલ સમય પણ વિતી જાય છે.

આજે રેખા અને દિલીપ ની ગૃહસ્થી મજધાર માં ડૂબી નહી કારણ કે સૌએ એકબીજા નો હાથ પકડ્યો અને સાથ સહકાર , સંપ એ એમની

નૈયા પાર લગાવી.